திரைகள் ஆயிரம்

திரைகள் ஆயிரம்

சுந்தர ராமசாமி (1931–2005)

நவீன தமிழ் இலக்கியத்தின் முக்கியமான எழுத்தாளர்களில் ஒருவரான சுந்தர ராமசாமி 1931ஆம் ஆண்டு நாகர்கோவிலில் பிறந்தார். பள்ளியில் மலையாளமும் ஆங்கிலமும் சமஸ்கிருதமும் கற்றார். மூன்று நாவல்கள், 74 சிறுகதைகள் 110 கவிதைகள் 100க்கு மேற்பட்ட கட்டுரைகள் ஆகியவற்றை எழுதியிருக்கிறார். தகழி சிவசங்கரப் பிள்ளையின் இரண்டு நாவல்களை மலையாளத்தி லிருந்து மொழிபெயர்த்திருக்கிறார். 1988இல் காலச்சுவடு இதழை நிறுவினார்.

புனைவு வடிவங்களில் குறிப்பிட்ட எந்த வகைமையிலும் தங்கி விடாமல் தொடர்ந்து புதிய முயற்சிகளில் ஈடுபட்டுவந்தவர் சுந்தர ராமசாமி. இவருடைய இரண்டாவது நாவலான ஜே.ஜே.: சில குறிப்புகள் மாறுபட்ட வடிவத்திற்காகவும் உள்ளடக்கத்திற்காகவும் இன்றளவிலும் பேசப்பட்டுவருகிறது. சு.ரா.வின் இலக்கிய அலசல்கள் இலக்கியத்தில் தர வேற்றுமைகளின் அடிப்படைகளை விரிவாக விவாதிக்கின்றன. இவர் முன்வைத்த இலக்கிய அளவு கோல்கள் தமிழ் விமர்சனப் பரப்பில் ஆழ்ந்த தாக்கத்தைச் செலுத்தி யிருக்கின்றன.

சுந்தர ராமசாமிக்கு டொரொன்டோ (கனடா) பல்கலைக் கழகம் வாழ்நாள் இலக்கியச் சாதனைக்கான 'இயல்' விருதை (2001) வழங்கியது. வாழ்நாள் இலக்கியப் பணிக்காகக் 'கதா சூடாமணி' விருதையும் (2003) பெற்றார்.

சுந்தர ராமசாமி 14.10.2005 அன்று அமெரிக்காவில் காலமானார். மனைவி: கமலா. குழந்தைகள்: தைலா, கண்ணன், தங்கு. (மூத்த மகள் சௌந்தரா 1996இல் காலமானார்.)

சுந்தர ராமசாமி

திரைகள் ஆயிரம்

காலச்சுவடு பதிப்பகம்

அன்பார்ந்த வாசகருக்கு,

வணக்கம்.

காலச்சுவடு நூலை வாங்கியமைக்கு நன்றி.

நூலின் உள்ளடக்கம், உருவாக்கம், அட்டைப்படம் இன்ன பிற அம்சங்கள் பற்றிய உங்கள் கருத்துகளையும் ஆலோசனைகளையும் காலச்சுவடு வரவேற்கிறது. தகவல், எழுத்து, வாக்கியப் பிழைகள் தென்பட்டால் கட்டாயம் தெரிவித்து உதவுங்கள். நூல் தயாரிப்பில் கடும் குறைபாடு இருப்பின் மாற்றுப் பிரதி உங்களுக்குக் கிடைக்கக் காலச்சுவடு ஏற்பாடு செய்யும்.

மின்னஞ்சல்: publisher@kalachuvadu.com

காலச்சுவடு நாகர்கோவில் அலுவலகத்திற்குக் கடிதம் அனுப்பலாம்.

தங்கள்
எஸ்.ஆர். சுந்தரம் (கண்ணன்)
பதிப்பாளர் – நிர்வாக இயக்குநர்

திரைகள் ஆயிரம் ◆ குறுநாவல் ◆ ஆசிரியர்: சுந்தர ராமசாமி ◆ © கமலா ராமசாமி ◆ முதல் பதிப்பு: நவம்பர் 1975 ◆ காலச்சுவடு முதல் பதிப்பு: அக்டோபர் 2008, ஆறாம் பதிப்பு: டிசம்பர் 2023 ◆ வெளியீடு: காலச்சுவடு பப்ளிகேஷன்ஸ் (பி) லிட்., 669 கே.பி. சாலை, நாகர்கோவில் 629001 ◆ கோட்டோவியங்கள்: கோபு ராசுவேல்

tiraikaL aayiram ◆ Novelette ◆ Author: Sundara Ramaswamy ◆ © Kamala Ramaswamy ◆ Language: Tamil ◆ First Edition: November 1975 ◆ Kalachuvadu First Edition: October 2008, Sixth Edition: December 2023 ◆ Size: Crown 1 x 8 ◆ Paper: 18.6 kg maplitho ◆ Pages: 80

Published by Kalachuvadu Publications Pvt. Ltd., 669, K.P. Road, Nagercoil 629001, India ◆ Phone: 91-4652-278525 ◆ e-mail: publications@kalachuvadu.com ◆ Line Drawings: Gopu Rasuvel ◆ Printed at Adyar Students xerox Pvt. Ltd., No. 275 Habibullah Road, Triplicane high Road, Opp Triplicane Post Office, Triplicane, Chennai 600005

ISBN: 978-81-89945-40-4

12/2023/S.No.254, kcp.4925, 18.6 (6) uss

முன்னுரை

சுந்தர ராமசாமியின் ([1966] 2008) 'திரைகள் ஆயிரம்' குறுநாவல் பாலியல் வன்முறையின் சொல்லாடல் களத்தில் பெண்ணொருத்தியின் சித்திரத்தைத் தரும் பிரதி. 'திரைகள் ஆயிரம்' என்ற தலைப்பே முழுக்கத் தெரிந்துகொண்டுவிட முடியாத உண்மையை எடுத்துரைப்பதாக அமைந்திருப்பது. 'உண்மை' ஒரு இளம்பெண் எதிர்கொண்டதாக ஊர் முழுக்கப் பேசப்பட்ட, ஒரு பத்திரிகையில் வெளிவந்த தொடர் வல்லுறவைப் பற்றியது. குறுநாவலின் முதல் சில பக்கங்களிலேயே 'உண்மையைக்' கறுப்பாகவோ வெள்ளையாகவோ தெரிந்து கொண்டுவிட முடியாது என்பது ஒரு சுவர்க்கோல வருணனையில் காட்டப்பட்டு விடுகிறது.

ஏழைப் பெண் மரியம்மை உள்ளூர் 'சர்வ தேச நட்புறவு சங்க'த்தில் இருபத்தி யோரு நாள் சிறைவாசத்தில் அகப்பட்டுக் 'குதறப்பட்டதை' திருவிதாங்கூர் நேசன் பத்திரிகையில் வந்த செய்தியைக் கதைசொல்லி படிக்கிறான். 'மரியம்மையின் முகம் பார்க்கப் பார்க்க பரிதாபமாகக் காட்சி

தந்துகொண்டிருந்தது,' என்று சொல்லப்பட்டவுடன் அவன் சிறு தூக்கம் போட்டுவிட்டுக் கண்விழித்தவுடன் காணும் காட்சி, "எதிர் சுவரில் சப்போட்டா மரத்தின் கொத்து இலைகளில் நிழலும் ஒளியுமான கோலம்." "காற்றில் மரம் லேசாக அசைய நிழலும் ஒளியும் இழைத்த சுவர்க் கோலம் படபடவென்று விறைத்த கணப்பொழுதில் நூறாயிரம் தினுசுகளில் உருமாறித் தோன்றும் காட்சி" என விவரணை தொடர்கிறது. "மனசுக்குள் வகைப்படுத்த முடியாதபடி நிமிஷத்திற்கு நிமிஷம் அழகு அழகாக உருமாறும்" அந்தக் காட்சியின் "சஞ்சலப் புத்தி"யும் அதனாலேயே அதற்கு உண்டான "கவர்ச்சி"யும் கூறப்படுகின்றன.

சுவர்க் காட்சி இன்றியமையாத தொடக்க உருவகமாகக் குறுநாவலின் கதையாடல் திசையை இறுதிவரை தீர்மானிக்கிறது. கதையாடலில் உருமாறும் காட்சிகள் மரியம்மை துன்புறுத்தப்பட்டாளா, சம்மதித்தாளா, தொடர் வல்லுறவுக்காகப் போடப்பட்ட வழக்கு நீதிக்காகவா, பண வசூலுக்கா, மரியம்மை வெகுளியா, பாலியலை முன்வைத்துப் பேரம் பேசியவளா எனப் பற்பல சந்தேகங்களைக் கதைசொல்லிக்குத் தருகின்றன. மட்டுமல்லாமல் அவனோடு அடையாளம் காணக்கூடிய வகையில் வாசகரிடத்திலும் ஏற்படுத்துகின்றன. இவை ஒருபுறம் இருக்க மரியம்மை நல்லவளா கெட்டவளா என்பதைக் குறித்த கதாபாத்திரங்களின் சஞ்சலம் மரியம்மையின் "கவர்ச்சி"யோடும் அலங்காரத்தோடும் தொடர்புகொண்டதாக உள்ளது.

மரியம்மை "வசீகரமான"வளாக "மதமதவென்று" இருக்கிறாள், "பெண்மையின் வடிவத்திற்கு இலக்கண"மெனச் சொல்லத்தக்கதைப் போல. பத்திரிகையில் வந்த அவளது புகைப்படத்துக்கும் அவளது நிஜ உருவுக்கும் சம்பந்தமேயில்லாமல். கதைசொல்லி அதைப் பற்றி விசாரிக்கும்போது புகைப்படம் எடுத்த

அன்று தான் "டிரஸ்" பண்ணிக்கொள்ளவில்லை, தலை வாரவில்லை, பொட்டிடவில்லை, சேலை மாற்றிக் கொள்ளவில்லை, வக்கீல் திடீரென்று வெயிலில் போய் நில் என்றவுடன் தான் போய் நின்றுவிட்டதால் புகைப்படம் "இருட்டாட்டு எடுத்துப் போட்டான்" என வருத்தப்படுகிறாள். பத்திரிகையில் வந்த புகைப்படத்தில் அவள் "பறட்டைத் தலையுடன்," "சாதுத்தனத்தோடு," "பரிதாபமாகக்" காட்சியளிக்கிறாள். அதாவது குதறலுக்கு ஆளாகக்கூடிய அபலைக் கோலத்தில். ஆனால் நேரிலோ நேர் எதிரான தோற்றம். ஒரு பக்கம் அவள் சந்தித்த பாலியல் வன்முறை தொடர்பான வழக்கு நீதிமன்றத்தில் நடந்துகொண்டிருக்கிறது. இன்னொரு பக்கம் அவளோ அந்த வழக்குக்குத் தோதாக இருக்கக்கூடிய பலியான தோற்றத்தை, அபலைத் தோற்றத்தைக் கைகொள்ள மறுக்கிறாள். "அழகான ஸாரி" கட்டிக்கொண்டு, தலைமுடியை "நேர்த்தியாய்ப் பின்னி," "சிரத்தையுடன்" அலங்காரம் செய்துகொள்ளும் அவளைக் கண்டு கதைசொல்லியின் மனைவி ஊர் பேசுமே என அச்சப்படு கிறாள்: "சொல்லணும் அவகிட்டே. என்னா இப்பொ அவ இந்த மாதிரி பண்ணிண்டா பலவிதமான பேச்சுக் கிளம்பிடும். ஒண்ணும் தெரியமாட்டேன் என்கிறது அதுக்கு." மரியம்மையைப் பாராட்டி கூட தங்கவைத்துக் கொண்ட பொன்னம்மையே பிறகு மரியம்மையை அவள் "நடத்தைக்காகத்" தூற்றுகிறாள். அதிலும் அந்தப் பெண்ணின் அலங்காரம் விமர்சிக்கப்படுகிறது. பவுடர் டப்பாவை அவள் அங்கே இங்கே போட்டுக்கொண்டு காலியாக்குவதும் டிரங்குப் பெட்டியில் அவள் அடுக்கி வைத்திருக்கும் "சிலுக்குச் சேலை"களும் சுட்டிக் காட்டப்படுகின்றன.

இங்கே ஒன்றைக் கூற வேண்டும். நம் சமூகத்தில் பாலியல் வன்முறையைச் சந்திக்கும் பெண்கள் அந்த அனுபவம் தரும் சித்ரவதையை, கொடும் நினைவை மாத்திரம் சுமப்பதில்லை. அவர்களிடம் வேறொரு

உழைப்பு கோரப்படுகிறது. பாலியல் வன்முறையைச் சந்தித்ததன் அடையாளத்தை வெளிப்படையாகச் சுமக்க அவர்கள் கோரப்படுகிறார்கள். மோசமான அனுபவத்தின் விளைவாக அவர்கள் தோற்றத்தில் அதற்கான அடையாளம் 'உருவாகலாம்' என்ற சாத்தியத்திலிருந்து அந்த அடையாளம் அவர்களிடம் 'இருக்க வேண்டும்' என்ற நிபந்தனைக்கு நகரும் உழைப்புக் கோரல் அது. அலங்கரித்துக்கொள்ள அவகாசம் தராமல் "பறட்டைத் தலையோடு" மரியம்மை புகைப்படம் எடுக்கப்படுவதன் பின்னணியில், கதைசொல்லியின் மனைவி அவள் அலங்காரத்தைப் பற்றி வரக்கூடிய ஊர் அலர் குறித்து யோசிப்பதன் பின்னணியில் பொன்னம்மை அவளது அலங்காரத்தைக் குறை கூறுவதன் பின்னணியில் சமூகத்தின் இந்த உழைப்புக் கோரல் வெளிப்படுகிறது.

மரியம்மை தன் இயல்பில் இருக்கிறாள். அவளைப் பார்க்க ஆண்கள் பலர் வருகிறார்கள் என்று பொன்னம்மை கதைசொல்லியின் மனைவியிடம் குறைபட்டுக்கொள்கிறாள். கேட்டால் அண்ணன், தம்பி, மாமா என உறவுமுறை சொல்கிறாள், சிரித்துச் சிரித்துப் பேசுகிறாள் எனக் குற்றஞ்சாட்டுகிறாள். மரியம்மை நல்லவள் இல்லை என்று பொன்னம்மை கூறுவதை கதைசொல்லியின் மனைவி நம்பத் தொடங்குகிறாள்.

உண்மையில் மரியம்மை சரியானவளா, சரியில்லாதவளா? இங்கும் அங்கும் ஊசலாடும் 'திரைகள் ஆயிர'த்தின் கதையாடலின் முள் கடைசியில் ஒரு பக்கத்தில் வந்து நிற்பது போலத் தெரிகிறது. கதையாடலின் இறுதிப் பகுதியில் மரியம்மையின் வழக்கு பற்றிய தகவல்களைக் கதைசொல்லி தேடுகிறான். 'திருவிதாங்கூர் நேசன்' வழக்கின் தகவல்களைத் தருவதை நிறுத்திவிட்டிருக்கிறது. பத்திரிகை அலுவலகத்துக்கே நேரே சென்றாலும் பலனில்லை. பத்திரிகையில் மரியம்மை விவகாரத்தைப் பற்றி எழுதிய பத்திரிகையாளன் இசக்கியும் ஊருக்குச் சென்றுவிட்டதாகத் தகவல் கிடைக்கிறது.

கதைசொல்லிக்கு எல்லாம் ஒரே மர்மமாக இருக்கிறது. ஆனால் அதன் பின்னர், மரியம்மையை ஆரம்பத்தில் "சர்வ தேச நட்புறவு சங்க"த்துக்கு அழைத்துச் சென்ற குஞ்சுபிள்ளையை அவன் சந்திக்கிறான். வழக்கு முடிந்து விட்டதை, பத்திரிகையின் வாய் அடைக்கப்பட்டதை தெரிந்து கொள்கிறான்.

கதையாடலின் முடிவில் மரியம்மை விரும்பித்தான் இணங்கினாள் என்றுதான் ஒரு வாசகருக்கு எண்ணத் தோன்றும். ஏனெனில் குஞ்சுபிள்ளை கதைசொல்லியிடம் கூறும் மரியம்மை வழக்கின் கதை, வழக்கு சீக்கிரம் முடிந்தவிட்டதென்றும் மரியம்மைக்குப் பணம் தரப்பட்ட தென்றும் கூறும் கதை வாசகருக்கும் சொல்லப்படுவதாக இருக்கிறது. அதை நம்பும் கதைசொல்லியைப் போல மரியம்மை பாலியல் தொழில் செய்தாள் என்ற முடிவுக்குத் தான் நாமும் வரமுடியும். ஒரு பெண் பழி போடும்போது நம்பாமல் இருக்கமுடிவதில்லை, ஆனால் குஞ்சுபிள்ளை கூறும் கதையைப்போல பின்னால் இருப்பதெல்லாம் யாருக்குத் தெரியும்? திரைகள் ஆயிரத்தில் குஞ்சுபிள்ளை விலக்கும் இப்படியான திரை ஒன்று.

இப்படிப் பிறர் வாயிலாக வல்லுறவுக் குற்றச்சாட்டுக்குப் பின்னால் வேறு ஏதோ நடந்திருப்பதைத் தெரிந்து கொள்ளும்போது, ஆரம்பத்தில் அதை நம்பிவிட்டதைப் பற்றி ஒரு உறுத்தல் உண்டாகிறது. கதைசொல்லியின் மனைவி பொன்னம்மையின் வாயிலிருந்து மரியம்மையின் நடத்தை பற்றி கேள்விப்பட்டதிலிருந்து அவள் பெயரையே எடுப்பதில்லை. அவள் மனதில் மரியம்மையின் விஷயம் ஊமைக் காயமாக நீலம் பாரித்துவிட்டிருக்கிறது. அதே நேரத்தில் கதைசொல்லியும் அறை வாங்குவதைப்போல உணர்கிறான். அவன் நண்பரான நாவலாசிரியர் மரியம்மையோடு அவன் ஒருநாள் தங்கியிருந்திருந்தால் அவள் விஷயம் அவனை இத்தனை அலட்டியிருக்காது எனக் கூறும்போது அவனுக்கே தன்னைக் குறித்துச் சந்தேகம் ஏற்படுகிறது.

கதாபாத்திரங்களின் மனதில் மரியம்மையைச் "சரியில்லாதவளாக" எது நினைக்க வைத்தது? அபலை அடையாளத்தோடு பொருந்தாமல் மரியம்மை இருப்பதால் பொன்னம்மை கூறுவதை உண்மை என நம்புகிறாள் கதைசொல்லியின் மனைவி. கதைசொல்லியோ தான் மகா அயோக்கியன் ஆனால் மற்றவர்கள் தன்னை யோக்கியன் என்று சொல்ல வேண்டும் என்ற ஆசை சற்றும் கிடையாது என்று குஞ்சுபிள்ளை கூறியவுடன் அவனை நம்பத் தொடங்கிவிடுகிறான். இத்தனை வெளிப்படையாக இருப்பவனிடமிருந்து "அரிய உண்மைகள்" கிடைக்கும் என்று கதைசொல்லிக்கு உடனே தோன்றிவிடுகிறது. ஒரே ஒரு கூற்றில் தன்னை அயோக்கியன் என்று அழைத்துக்கொள்ளும் இடைத் தரகனான ஆண் மரியம்மையைப் பற்றிய மர்ம முடிச்சு களை அவிழ்ப்பவனாக மாறிவிடுகிறான்.

ஆனால் குஞ்சுபிள்ளை தரும் "உண்மைகள்" உண்மைகள்தானா? அல்லது இன்னொரு திரையைக் கட்டுகிறதா கதையாடல்? உண்மையில் மரியம்மை சரியானவளா, சரியில்லாதவளா? இரண்டாவது முறையாக இக்கேள்வியை நாம் கேட்கும்போது கதையாடலின் முள் தடக்கென்று எதிர்த்திசைக்குப் போய்விடுகிறது; கதையாடலில் ஒரு இடம் வருகிறது, மரியம்மை தான் பலவந்தப்படுத்தப்பட்டதைப் பற்றி விவரிக்கும்போது தன் "தாடையில் ஒரு அங்குலத்திற்கு"ப் பொருக்காடியிருந்த காயத்தைக் கதைசொல்லியிடம் காட்டும் இடம். தன்னைப் பிடித்துத் தள்ளியதால் கட்டில் காலில் பட்டு ரத்தம் வந்ததாகக் கூறுகிறாள். ஆனால், அதன் பின் அவள் காயத்தைப் பற்றிக் கதையாடல் ஒன்றுமே சொல்வதில்லை. ஒரு அறிகுறியாக (symptom) இந்தக் காயம் கதையாடலில் தனித்து இருக்கிறது. ஓரிடத்தில் மட்டுமே வந்துபோகும் மரியம்மையின் காயம். மரியம்மையின் காயம் நாம் புரிந்துகொண்டிருக்கும் கதையாடலின் போக்கை, அதன் ஓர்மையைப் பாதிப்பதாக உள்ளது. சொல்லப்போனால்

மரியம்மையின் பொருக்காடிய காயத்தின் வாயிலாகக் கதையாடல் தன்னைச் சற்றே திறந்து தன் ரத்தத்தையும் சதையையும் காட்டுகிறது எனலாம். திரைகள் ஆயிரத்தில் மிக முக்கியமான ஒரு திரை விலகும் இடம் இது.

ஒரே ஒரு தரம் காட்டப்பட்டு கதையாடலே மறந்துவிடும் மரியம்மையின் காயம். அந்தக் கணத்தில் மாத்திரம் பேசப்பட்டு, சமூகக் கூட்டு மறதிக்குத் தரப்பட்டுவிடும் பாலியல் வன்முறையின் அறிகுறியும்தானே உண்மையில் மரியம்மைக்கு என்ன நடந்திருக்கலாம்? நடைமுறையில் நம் ஊரில் பாலியல் வன்முறை வழக்கு விசாரணைகளில் நடப்பதைப் போல மரியம்மையிடம் சமரசம் பேசப்பட்டிருக்கலாம். அவள் பிறழ் சாட்சியாக மாறியிருக்கலாம். மிரட்டப்பட்டிருக்கலாம். வழக்கின் மூலம் அவள் கேட்ட தொகையைவிடக் குறைவாகப் பேரம்பேசி வல்லுறவாளர்கள் அவளைத் துரத்திவிட்டிருக்கலாம். கதையாடலில் அனாதரவாக விடப்படும் மரியம்மையின் காயம் ஒரு தடயம் போல இயங்கி நம் கண்களிலிருந்து கதையாடல் திரைபோட்டு மறைத்திருக்கக்கூடிய பல காட்சிகளை யூகிக்கக் கேட்கிறது. சாதாரணத் தகவலைப் போல ஓரிரு வரிகளில் வந்துவிட்டுப் போகும் அவள் காயத்தைக் குறித்து யோசித்துப் பார்க்கும்போது கதையாடலின் ஓட்டத்துக்குள் எதிரோட்டம் ஒன்றை உணர முடிகிறது. உண்மையில் மரியம்மைக்கு என்ன நடந்தது? எதுவும் நடந்திருக்கலாம்.

பெருந்தேவி

தம்பா
15-07-2021

திரைகள் ஆயிரம்

முன்வாசல் திறக்கப்படும் ஓசை காதில் விழுந்தது. என் இமைகள் தாமாக மூடிக்கொண்டன. இந்த முன்னெச்சரிக்கை உணர்வு சமீப காலமாக என்னிடம் படிந்து விட்ட ஒன்று. தினவெடுக்கும் எருமைகள் அடி மரம், மண்சுவர், பந்தல்கால் இத்யாதி களைத் தேடிப் போவது போல் சிலருக்குப் பொழுதுபோகாத வேளைகளில் நான் ஒருவன் இருப்பது நினைவுக்கு வந்துவிடுகிறது. நான் சிந்தித்துக்கொண்டிருப்பதானது வேலை மெனக்கிட்டு சோம்பியிருப்பது மாதிரி அவர்களுக்குத் தோன்றவும் செய்கிறது. வந்து இரண்டு மணி நேரம் என்னைச் செம்மையாய் வசக்கிவிட்டு எனது தனிமைக்கு அற்ப சாந்தி தேடித்தந்த உபகாரத்திற்கு ஒன்றிரண்டு 'தாங்ஸு'களும் பிடுங்கிக்கொண்டு போய் விடுகிறார்கள்.

'தப்' – பேப்பர் சிமிண்டுத் தரையில் விழும் ஓசை; தொடர்ந்து புழுதியைத் தேய்த்து வழுக்கியோடும் சரசரப்பு. 'ஹிந்து' வந்து விட்டது. முன்வாசல் சாத்தப் பட்டுவிட்டதா

என்பதை ஆராய்ந்துவிட்டு அறைக் கதவைத் திறந்தேன். வராண்டாவில் அப்பா. நாற்காலியோரம் 'திருவிதாங்கூர் நேசன்' ஒரு பஞ்சையின் அழுக்குத் துண்டு மாதிரி விழுந்து கிடக்கிறது. என்ன பரிதாபமான கோலம்! 'அழாதே ராஜா' என்று தேற்ற வேண்டும் போலிருக்கிறது. அப்படியே கசக்கிச் சுருட்டி வெந்நீர் அடுப்பில் திணித்துவிட வேண்டுமென்றும் தோன்றுகிறது. என்ன கருமமோ? அதையும் வாரத்திற்கு ஒருநாள் கையால் தொட்டு நாலு பக்கங்களையும் புரட்டிவிட்டுக் கீழே போட்டால்தான் அந்த உபாதை தீருகிறது. இருபத்தைந்து வருஷப் பழக்கம். என் அப்பாவுக்கு ஐம்பது வருஷப் பழக்கம். என் தாத்தா புனித சூசையப்பர் கல்லூரியில் படிக்க வந்த காலத்தில் ஆயுள் சந்தா கட்டினாராம். தொடர்ந்து அப்பாவின் ஆயுள்சந்தா. அன்றிலிருந்து தொடர்பு. அருட்பா – மருட்பா கட்சிகளின் வாதப் பிரதிவாதங்களை வெளியிட்ட பத்திரிகை. வேதநாயகம் பிள்ளை, கால்டுவெல் ஐயர் போன்ற அநேக பத்தொன்பதாம் நூற்றாண்டுத் தமிழ்த் தொண்டர்களின் மரணச் செய்திகளையெல்லாம் வெளியிட்ட பத்திரிகை. 'திருவிதாங்கூர் நேசன்' ஆரம்பிக்கப்பட்ட காலத்தில்தான் சென்னையிலிருந்து 'ஜன சிநேக'னும் ஆரம்பிக்கப்பட்டது. 'ஜன சிநேகன்' மறைந்து எண்பத்தியேழு ஆண்டுகள் ஆகிவிட்டன. 'நேசன்' இதோ வாசல் திண்ணையில் விழுந்து பனிக்கட்டிமீது மேல்நாட்டு மாதுபோல் நர்த்தனம் செய்கிறது.

பத்திரிகையை எடுத்துக்கொண்டு கட்டிலுக்குத் திரும்பினேன். லோக்கல் அரசியல் தலைவரின் முனிசிபல் திடல் சங்க நாதம் – முன் பக்கத் தலைப்பு. லின்லித்கோவுக்கு சவால்! தைரியமிருந்தால் என் முன்னால் இந்த முனிசிபல் திடலுக்கு வா பார்ப்போம்! மோறையில் குத்திடு வேன் ... டாக்டர் ஹென்றி உயில்லியம்ஸின் கருப்புச் சடை நாயைக் காணோம் – விளம்பரம். கண்டுபிடித்துத் தருவோருக்கு 'பிரசன்று' உண்டு. புதிய வேதாகமம் (பழைய – புதிய ஏற்பாடுகள் அடங்கியது) அல்லது மூன்றரைப் பணம் 'கியாஷ்'; கடுக்கரை மூத்த பிள்ளையின் மகள்

உமையம்மையை (செல்லப்பெயர் வெள்ளைக் குட்டி) விவாஹம் முடித்திருக்கும் பேஷ்கார் பிள்ளையின் பேரனும், கொட்டாரம் வெண்ணெய் காண்ட்ராக்ட் மாராயக்குட்டிப் பிள்ளையின் அனந்தரவனுமான முத்தம்பெருமாள் பிள்ளையின் மறுவீட்டுக்கு வந்து சேரும்படி மணமகனின் அம்மாச்சனான அனந்தன் பிள்ளை பப்பனாப பிள்ளை 'இந்த உலக ஜனத்தொகை' பூராவையும் அழைக்கிறார் … அமெரிக்கப் புருஷன்மார்களுக்குத் தங்களுடைய பாரியமாரைச் சமனப்படுத்த முடியாதபடி ஆகிப்போனதால் அவடம் பாரியமாரான ஸ்திரீகள் நீக்ரோக்களைத் தங்களுடைய கிடக்கை அறைகளில் கட்டிலுக்குத் தாழே ஒளித்துவைத்துக் கொள்கிறார்களாம். அதிபயங்கரம்! அதிபயங்கரம்! – ஆராய்ச்சிக் கட்டுரை …

நாலாவது பக்கத்தில் இடதோரமாக ஒரு பெண்ணின் புகைப்படம் பார்வையில் விழவே கூர்ந்து கவனித்தேன். 'திருவிதாங்கூர் நேச'னின் சாணித் தாளில் படம் கரியைக் குழைத்துப் பூசியது மாதிரி இருந்தது. பறட்டைத் தலையுடன் ஒரு கிராமீய முகத்தின் பக்கவாட்டு முகம். செய்தியைப் படிக்க ஆரம்பித்தேன். 'சர்வதேச நட்புறவு சங்கமா அல்லது காமதேவனின் களியாட்டக் கூடமா?' என்பது தலைப்பு. இசக்கியின் பேனாதான். சந்தேகமேயில்லை. இரண்டு பத்திகளில் அக்கினித் திராவகத்தைக் கொட்டியிருந்தான். இசக்கி என்று சொன்னாலே நிரந்தர, முழுநேரப் புரட்சி என்பதுதானே பொருள்! அவனுடைய ஜனன விசேஷம் அது. (சொல்வதே, 'புறட்சி'

என்றுதானே 'ற'கரத்தில் அழுத்தி நாவை ஒரு புரட்டுப் புரட்டி!) ஊர் வாயைப் பரபரப்புடன் மெல்லவைக்கிற செய்திதான். பச்சையாக அம்பலப்படுத்திவிட்டானே விஷயத்தை. என்ன தைரியம், என்ன துணிச்சல்! குரியன் ஜார்ஜை விரோதம் பண்ணிக்கொள்கிற மனபலம் வந்து விட்டதா அவனுக்கு!

இரண்டு பேருடைய ஆகிருதிகளையும் எண்ணிப் பார்த்தபோது சிரிப்பு வந்தது. தாரதம்மியத்தைக் காட்டுவதற்காகவே வரைந்த கேலிப் படங்கள் மாதிரி உருவங்கள் கண்முன் எழுந்தன. இசக்கியைப் பார்த்தால் துணி உலர்த்தும் மூங்கில் குச்சி ஒன்று, யதேச்சையாய் அதன்மேல் உறைபோல் நழுவி விழுந்துவிட்ட ஜிப்பா பைஜாமாவுடன் நடமாடத் தொடங்கி விட்டதுபோல் தோன்றும். கண்கள் பாதாளத்தில் கிடக்கும். மேல் மண்டை விரிந்து, தாடை ஒட்டி சைக்கிள் சீற்று மாதிரி மூஞ்சி. குரியன் ஜார்ஜு ஒரு மாமிச பர்வதம். கைக்குழந்தையாக இருந்த காலத்தில் ஒருகால் அவன் தன்னுடைய பாதங்களைப் பார்த்துக்கொண்டிருப்பானோ என்னவோ, எனக்குத் தெரிய பதினைந்து இருபது ஆண்டுகளாகச் சாத்தியமில்லை. படுத்த படிகூட ஒரு பார்வை பார்த்துவிடத் தன் காலைத் தூக்கிவிட முடியாது அவனால். இருந்தாலும் சோம்பேறி இல்லை அவன். சோம்பேறியாக இருந்திருந்தால் இவ்வளவு வயசுக்குள் இவ்வளவு ஸ்திரீகளை ஊர் ஊராகவும் தேசம் தேசமாகவும் அலைந்து அனுபவிக்க முடிந்திராது அவனால். ஜப்பானிய வேசைகளைப்பற்றிப் படிக்க நேர்ந்தபோது தன்னுடைய இருபத்து மூன்றாவது வயதில் ஜப்பானுக்கே சென்றவன் அவன்.

படத்தைப் பார்த்தேன். இப்போது அதே படம் எவ்வளவோ பாவங்களையெல்லாம் காட்ட ஆரம்பித்து விட்டது. என்ன சாதுத்தனம் முகத்தில். பாவம், ஏழைப்பெண்! எப்படியோ வந்து அகப்பட்டுக்கொண்டு விட்டது. குதறப்பட்டிருக்கும். சந்தேகமே இல்லை. ஒரு அறைக்குள் இருபத்தியொரு நாட்கள் சிறைவாசமா?

என்ன பாடுபட்டதோ ... அதிலும் முப்பது நாற்பதுபேர் மாலை வேளைகளில் தினசரி கூடிச் சிரித்து விளையாடி ஆர்ப்பாட்டம் பண்ணுகிற பொது இடத்தில்! இதற்குப் பங்காளிகள் வேறு. அவ்வளவு பேரும் வி. ஐ. பிஷஸ். பெருந்தலைகள். இசக்கியின் பேனா முனையில் மறு வாரத்திலிருந்து வரிசையாக ஒவ்வொருவருடைய முகத்திரையும் கிழிபடப்போகிறது. துணிந்துவிட்டான் இசக்கி.

என்னுடைய ஹாஸ்ய உணர்வை நண்பர்கள்முன் பிரகடனப்படுத்திக்கொள்வதற்காக எத்தனை தடவை இசக்கியையும் அவன் பேப்பரையும் பேச்சில் இழுத்துக் கொண்டிருக்கிறேன். இப்போது, இதைப் போன்ற ஒரு சந்தர்ப்பத்தில் என்ன செய்யவேண்டும் என்று நான் ஆசைப்படுவேனோ, கோழைத்தனம் காரணமாக எதை ஆசைப்படுவதுடன் நிறுத்திக்கொண்டிருப்பேனோ, அதைக் காரியாம்சத்தில் செய்து காட்டுகிறான் இசக்கி.

மீண்டும் ஒருமுறை படத்தைப் பார்த்தேன்.

மகாபாரதத்தில் ஒரு வாசகம். அடிக்கடி என் நினைவுக்கு வருகிற வாசகம் அது.

'மைதானத்தில் வீசியெறியப்பட்ட மாமிசத் துண்டைக் கழுகுகள் கூடி எப்படி வட்டமிட்டுக் கொத்துமோ, அவ்வாறே இவ்வுலகில் ஆண் துணையில்லாத ஸ்திரீயும் புருஷர்களின் இம்சைக்கு ஆளாகிறாள்.'

படத்தில் மரியம்மையின் முகம் பார்க்கப் பார்க்கப் பரிதாபமாகக் காட்சி தந்துகொண்டிருந்தது.

வழக்கம்போல் வெயில் புறங்கழுத்தில் அடித்து வேர்வை துளிர்த்துத் தலையணை கிசுகிசுத்ததும் கண்விழித்தேன். எதிர் சுவரில் சப்போட்டோ மரத்தின் கொத்து இலைகளின் நிழலும் ஒளியுமான கோலம். சிறு வயசிலிருந்தே நான் காலையில் கண்விழித்ததும் பார்க்க ஆரம்பிக்கும் சினிமா அது. காற்றில் மரம் லேசாக அசைய, நிழலும்

ஒளியும் இழைத்த சுவர்க்கோலம் படபடவென்று விறைத்து கணப் பொழுதில் நூறாயிரம் தினுசுகளில் உருமாறித் தோன்றும் காட்சி மனோரம்மியமான ஒன்றாகும். காற்றின் வேகம் சற்று அதிகரித்து மரம் தலைவிரித்தாடுகிறபோது சுவர்க்கோலம் தாங்க முடியாதபடி படபடத்து, நிழலுருவங்கள் தேய்ந்து, மங்கிய ஒளி பூசிவிட்டாற்போல் படர்ந்து, மரத்தின் ஆட்டம் நிதானப்படுகையில் பழையபடி சுவரில் கோலங்கள் கூடிவருவது அற்புதமாக இருக்கும். எவ்வளவு நேரம் பார்த்துக்கொண்டிருந்தாலும் அது மனசுக்குள் வகைப்படுத்த முடியாதபடி நிமிஷத்திற்கு நிமிஷம் அழகு அழகாக உருமாறும். அதன் சஞ்சல புத்தியே அது ஊட்டும் கவர்ச்சியின் அடிப்படையாக எனக்குப் படும்.

மணி எட்டு எட்டரை இருக்குமென்று தோன்றிற்று. அப்பா அவருடைய மந்திரங்களை முழங்க ஆரம்பித்து விட்டார். காலை உணவைத் திணித்து உடைகளை மாட்டிக் குழந்தைகளைப் பள்ளிகளுக்குத் தள்ளிவிடுவதற் கான முஸ்தீபுகள் பின்கட்டில் ஆரம்பமாகிவிட்டன. மாமனாருக்குப் போட்டியாய் மாட்டுப் பெண் தமிழிலேயே மந்திரங்களை உச்சரிக்கத் தொடங்கி விட்டாள். கழுதைகளா, செத்தச் சவங்களா, நாய்களா, சனியன்களா, பன்றிகளா ... சில வருடங்கள் முன்னால் வரையிலும் ஒருமை விளியாக இருந்தது. இப்போது ஒவ்வொருவரை யும் தனித்தனியாக வையப் போதுமான சாவகாசம் இல்லைதான்.

எனக்குக் காபி இன்னும் வந்து சேரவில்லை. அதனால் விழிகள் திறந்திருக்க இடுக்கியால் இமைகளை இழுத்துப் பிடித்துக்கொள்ள வேண்டுமோ என்று தோன்றுகிறது. ஒரு வண்டி குப்பை விழுந்து அடைபட்டுவிட்டது மாதிரி இருக்கிறது தொண்டை.

முன்வாசல் திறக்கப்படும் இரும்போசை. மந்திரம் நிற்கிறது. தொடர்ந்து அப்பாவின் அறைக்கதவு கீறிச்சிடுகிறது.

“உள்ளே போகலாமே.”

அப்பாவின் குரல்.

சாத்தப்பட்டிருக்கும் ஜன்னல் கதவைச் சுண்டுவிரலால் தள்ளி இடுக்குவழி எதிரி யார் என்று ஆராய்ந்தேன்.

பேஷ், அண்ணாச்சி!

பழையபடி மூர்ச்சையாகிவிடுவோமோ என யோசித்துச் செயல்படுவதற்குள் அறைக்கதவு திறக்கப் பட்டுக் கதவிடுக்கில் பவித்திரமான வணக்கம் தெரிகிறது. கூப்பிய கரங்கள் முழங்கையாலேயே கதவைப் பேஷாய்த் திறந்துகொள்கின்றன. வணக்கமும் என் தூக்கக் கண் களுக்குத் தெளிவுறப் புலப்படும் பொருட்டு ஒரு ஸ்டில் ஷாட் மாதிரி சில கணங்கள் வரையிலும் நெஞ்சிலேயே ஸ்தம்பித்து நிற்கிறது.

“யாரு? அண்ணாச்சியா? வாங்க வாங்க.”

பின்விளைவுகளின்றி சர்வ சுதந்திரத்துடன் ஒரே ஒரு தடவை யாரையேனும் சுடுவதற்கு எனக்கு அதிகாரம் லபிக்குமென்றால் நான் அண்ணாச்சியைத்தான் தேர்ந்தெடுப்பேன். அதற்குக் காரணம் உண்டு.

ஒருநாள் தவறாமல் நூற்றாண்டுக் காலமாய் ‘திருவிதாங்கூர் நேசன்’ வந்து விழுந்துகொண்டிருப்பதற்கு, நம் கையால் ஒரு முற்றுப்புள்ளி வைத்துவிட வேண்டும் என்ற யோசனையின் பேரில், அண்ணாச்சியை ஒரு நாள் அகஸ்மாத்தாக ரோட்டில் சந்திக்க நேர்ந்தபோது, “அண்ணாச்சி, பேப்பரை நீங்கபாட்டுக்கு போட்டுண்டே இருக்கேளே. எத்தனை வருஷமாச்சு!” என்று பேச்சை ஆரம்பித்தேன்.

அதற்கு அண்ணாச்சி, “நீரு என்ன எளவுக்குக் கவலைப் படுதேரு. சந்தா பிரிக்க வேண்டியது எனக்குப் பொறுப்பில்லா. ஒரு நா வாறேன்” என்றார்.

“அதுக்குச் சொல்லலல்லே அண்ணாச்சி! படிக்கத்தான் எனக்கு டயமே இல்லை. எங்களுக்குப் போடற பேப்பரே

அடுத்த ஆளுக்குப் போட்டா பிரயோசனப்படுமேனு சொல்றேன்.”

“சலம்பாமக் கெடவும் வேய்! வெட்டிப் பொளக்கேரு தெரியும்.”

இதுதான் அண்ணாச்சியின் பதில்.

இது என்னை பப்ளிக் ரோட்டில் அவமானப்படுத்திய காரியமாகத்தான் எனக்குப் பட்டது.

இன்றும், அண்ணாச்சியைத் தீர்த்துக்கட்டிவிட வேண்டும் என்ற ஆசை மிகவும் நியாயமான ஒன்றாகவும் குறைந்தபட்சக் காரியமாகவுமே எனக்குப் படுகிறது.

“இன்னும் பள்ளியெழுச்சி ஆகலையாக்கும்!”

அண்ணாச்சி நாற்காலியில் உட்கார்ந்துகொண்டார்.

அவருடைய பார்வை புத்தக அலமாரியில் படிந்தது. முகத்தைச் சுளித்துக் கூர்மையாய் ஆராயும் பார்வை. குறிப்பாக ஏதோ ஒரு புத்தகம் இடம் பெற்றிருக்கிறதா என்று தேடுவது போல் பார்த்தார். முகத்தில் அசுவாரசியம் தொடர்ந்து வெளியாகிக்கொண்டிருந்தது. சட்டென்று முகம் என் பக்கம் திரும்பியது. அதில் வெகு குளிர்ச்சியாக ஒரு குறுநகை.

“என்ன, வாய் பேசாம இருக்கேரு. உலக அரசியலு எப்படி இருக்கு?”

கறுப்புத் தோல்பையிலிருந்து ரசீது புத்தகம் வெளியே வருவதில் முடிவுறப்போகும் காரியம் உலக க்ஷேம விசாரணையில் ஆரம்பமாகிவிட்டது! உலகம்; அப்புறம் இந்தியா; இந்திய சமஸ்தானங்கள்; அப்புறம் இந்தியாவிற்குள் திருவிதாங்கூர்; அப்புறம் தென் திருவிதாங்கூர்; எங்கள் ஊர்; எங்கள் ரத்தமும் சதையுமாக ஒட்டிக்கொண்டு கிடக்கும் ‘திருவிதாங்கூர் நேசன். . .!’

“இருக்கு, ஒரு தினுசா.”

“ஹிட்லர்ப் பய காலைவாரிவிட்டுப் போடுவானோவ்?”

யாருடைய காலை? எதற்கு? ஒன்றும் தெரியவில்லை.

நான் சிரித்தேன்.

"நம்ம நேரு போற லைன் எனக்குச் சரியாட்டுப் படலே. நீங்க என்ன நினைக்கிய?"

நான் அண்ணாச்சியின் முகத்தைப் பார்த்துப் புன்னகை பூத்தேன். பேசுவதிலிருந்து வேறு எந்த விதத்திலும் தப்பித்துக் கொள்ள முடியுமென்று தோன்றவில்லை.

"இப்பம் நமக்கு நல்ல சான்ஸு இல்லா? ரகசியமாட்டு ஹிட்லர்ப் பயகிட்டே ஒரு ஒப்பந்தம் செய்துகிட்டாப் போருமே. வெள்ளைக்காரப் பயக்களெ ஈஸியாத் தூக்கி எறிஞ்சு போடலாமே. நம்ம ஆளுகளுக்கு ஐடியா காணாது. என்ன நான் சொல்லது?"

தொடர்ந்து புன்னகை.

திடீரென்று ஏதோ ஒரு முக்கிய சமாசாரம் நினைவுக்கு வந்துவிட்ட பாவத்தை அண்ணாச்சியின் முகம் காட்டிற்று. அண்ணாச்சி தலையைப் பின்னால் திருப்பிக் கதவு திறந்திருக்கிறதா என்று பார்த்தார். எழுந்திருந்து முதுகை வளைத்துப் பம்மிப்பம்மி நடந்து சென்று எதிர் அறையிலிருந்து அப்பாவின் பார்வை இந்தப் பக்கமாக வீசிக்கொண்டிருக்கிறதா என்பதை ஆராய்ந்துவிட்டுக் கதவை ஓசைப்படுத்தாமல் நெருக்கி, திரும்பி வந்து உரிமையுடன் படுக்கையில் என்னருகே உட்கார்ந்து கொண்டார். தலை குனிந்தது. அவருடைய விழிகளும் என்னுடைய விழிகளும் நேர்கோட்டில் சந்தித்துக் கொண்டன.

"ஒண்ணுமில்லை. ரொம்ப நாளாட்டு உங்ககிட்டே ஒரு விஷயம் கேக்கணும்னு நெனச்சுக்கிட்டு இருக்கேன். இந்த ஹிட்லர் பயலுக்கு பொம்பளை விவகாரம் கிடையாதுன்னு சொல்லுதாங்களே, ஃபாக்ட் எப்படி?"

"சரியாத் தெரியலையே!"

“நான் சொல்லுதேன் பொய்யின்னு. நல்லா இருந்தானே பிள்ளையாண்டன். சொடக்குப் போட்டா நூறு குட்டிக நெளிஞ்சுக்கிட்டு வந்து நிக்குமே. விட்டுவைப்பானாக்கும். பயித்தாறனோவ்?”

சிரிப்பு மாதிரி ஒன்றை முகத்தில் வரவழைத்துக் கொண்டேன்.

“இந்த வாரம் நேசன் பாத்துட்டேளா? தம்பி இசக்கி ணைணைனு நச்சுப்போட்டான். உயிரெ வெறுத்துப்போட்டான் தம்பி. என்னா எழுத்து . . . என்னா எழுத்து! தலையெச் சீவிப் போடுவேன், மறுகை மறுகால் வாங்கிப்போடுவேன்னு மொட்டைக் கடுதாசி வந்து குவிஞ்ச வண்ணமாட்டு இருக்கு ஆபீசிலே. திருவனந்தபுரத்துக்கு திவான்ஜிக்கு தந்தி கொடுத்தாச்சு. ‘உயிருக்கு ஆபத்து! பாதுகாப்பு, பாதுகாப்பு’ன்னு சொல்லி. அடுத்த செகண்டிலே போனிலே நம்மூரு இன்சுபெக்டரெக் கூப்பிட்டு ‘பத்திரிகைக்காரனுகளுக்கு உயிர்னு சொன்னா அது தேசத்துக்கு சொத்து. அவனுகளுக்கு ஏதாவது வந்து போச்சுன்னா சீட்டெ கிழிச்சுப்போடுவேன். ஜாக்கிரதை!’ அப்டீனு சொல்லிப் போட்டாரு. பொறுக்குமாக்கும்! நல்ல கதெ! திவான்ஜி அய்யரு தம்பி இசக்கிக்கு ரொம்ப பச்சமில்லா. ‘மிஸ்டர் இசக்கி, கமான், ஸிட் டவுன்’னு சொல்லுவாரே எப்பம் போனாலும். அண்ணாடம் காலையில் மொத ஜோலியாட்டு ‘நேசன்’ பார்த்து சிவப்புப் பென்சிலாலே மார்க் பண்ணித் தீருமே. உண்மையெ உயிரெ வெறுத்துக்கிட்டு எழுதுவான்குதெ நல்ல மனசிலாக்கித்தான் வச்சிருக்காரு. லேசான மூளையா? அம்மாடி! என்ன இருந்தாலும் நாங்க இப்பம் இருட்டினம் பெறவு அவனெ வெளியிலே லாந்துதுக்கு விடுதுல்லே. ‘என்னெச் சிறைப்படுத்தாதீங்க. நான் சுதந்திரப் பட்சி’ன்னு சொல்லிக்கிட்டு திங்கு திங்குன்னு குதிக்கான். அவன் குதிக்கான்னு சொல்லி நாங்க விட்டுப் போடுவோமாக்கும். நல்ல கதெ!”

“என்ன விஷயம்? ஒண்ணும் புரியலியே.”

“என்ன கேக்கிய நீங்க. லண்டனுக்குப் போயிருந்தேளோவ்?”

“என்ன விஷயம்னு சொல்லிடலாமே.”

“சாக்கடையைத் தோண்டச் சொல்லுதேரா வெள்ளிக் கிழமையும் அதுவுமாட்டு?”

“இல்லை, கேட்டேன்.”

“வேய், அது பெரிய ராமாயணம் வேய்! ஆனா ராமன் கிடையாது. ராவணன் ஒருத்தன். அவனுக்குக் கூட்டாளி ஒரு பத்து காகாசுரன். அவனுகளுக்குச் சேக்காளிக விராதன் ஒரு பத்து. ‘சர்வ தேச நட்புறவு சங்கம்’னு ஒண்ணு வெச்சு நடத்திக்கிட்டு, பாவிப் பயக்களுக்குப் பொறந்த பயக்க … அவனுகளுக்கு அட்டூழியம்! ரொம்ப நாளாட்டு ‘நேசனு’க்கு ரிப்போட்டு வந்துகிட்டுத்தான் இருக்கு. பின்னே கையில் புரூஃப் இல்லாம எளுதிப்போட்டா கொண்டாமான நஷ்டம் லச்சத்தி அம்பதினாயிரம்னு நிப்பானுவளே. வசமாட்டு வந்து ஆம்புடுவானுவ, விளாசிப் போடணும்னு தம்பி சொல்லிக் கிட்டுத்தான் இருந்தான். வந்து மாட்டிக் கிட்டாங்க. கொண்ணே போட்டான்! காகிதம் தீ புடிக்கால எழுதிப் போட்டானே மன்னன். ஊரைக் கலக்கிப்போட்டானே. இப்பம் ஓடுதானுவ தெக்கையும் வடக்கையும். வக்கீலெப் புடி, அமுக்கு. துணியெப் போட்டு மூடு. மரியம்மை எங்கே? புளிமத் காரிலே கூட்டிக்கிட்டு வா. நீ ஸ்டுடிபேக்கரெ எடுத்துக்கிட்டு பொறத்தால போ. பணத்தெ அள்ளிட்டுப் போ. இந்தா ஐயாயிரம். இந்தா பத்தாயிரம்னு தெரு நாயி அலைஞ்சால அலையுதானுவ. இப்பம் ரெண்டு நாளாட்டு ஊர் முச்சூடும் அதுதான் பேச்சு. ‘அண்ணாச்சி, ஒரு ரூபா தாறேன். போன கௌமப் பேப்பர் இருக்கா?’ அப்படீன்னு கேட்டுக்கிட்டு நம்ம ஆபீசு சன்னல் முன்னுக்குக் கூட்டம். ‘இல்லை டேய், போங்க டேய்’னு சொன்னாக் கலைய மாட்டானுவ. ‘படிச்சாவது காட்டுங்களேன்’, ‘அண்ணாச்சி, மத்தவரு உண்டுமா?’, ‘அண்ணாச்சி, நம்ம டாக்டர் சாமி உண்டுமா?’,

‘தோலன் உண்டுமா ? துருத்தி உண்டுமா’... என்ன செய்யச் சொல்லுதிய ?”

“விஷயத்தெக் கொஞ்சம் விட்டுச் சொல்லக்கூடாதா ?”

“விஷயத்தெ நல்லா விட்டுச் சொல்லணும் இல்லையா உமக்கு ? சப்புக்கொட்டிக்கிட்டே கேட்டுக்கிட்டு இருப்பேராக்கும். ஒரு குப்பியிலே லோஷன் கலக்கிக் கொண்டாரும் வேய், நடுவிலே நடுவிலே வாய் கொப்புளிக்கதுக்கு. போட்டோ பாத்தேருல்லா ? அவதான் ஆளு. பஞ்சப் பாவம் வேய். வயத்துக்கில்லாத பாவம். அதுக்கு வீடு அங்கே எங்கேயோ மேக்கே. திங்கள்சந்தையோ மேக்காமண்டபமோ காணும்... அண்ணன்காரன் இங்க கொண்ணாந்து விட்டிருக்கான் வீட்டுவேலைக்கு ...”

“எங்கே ?”

“பங்களாத் தெருவிலே... கொளும்புச் சீமோன் வீட்டிலே.”

“எஸ்டேட் சைமன்தானே ?”

“அவரேதான். நாங்க கொளும்புச் சீமோன்னு சொல்லுது. அவருக்கு பெஞ்சாதி எஸ்தர் அக்காவெ எனக்கு நல்லாத் தெரியுமே. என் தலையெக் கண்டுபோட்டாள்னு உண்டும்னா ‘அண்ணாச்சியா ?’ அப்டீன்னு கேட்டுப்போட்டு ஒண்ணாங் கிளாஸ் டீ போட்டுக் கொணாந்துடுவா. கொளும்பு டீ வேய் ! நீரு கண்ணாலெ கண்டிருக்க மாட்டேரு ...”

“சரி.”

“அவங்க வீட்டிலேதான் இந்தக் குட்டி வேலை செய்துக்கிட்டு இருந்தது. குசினி வேலை. பாவம் ! கன்னம் கரவு தெரியாத குட்டி. கொஞ்சம் பாக்குதுக்கு ஷோக்கா இருக்கும். அந்தஸ்தும் உண்டும். நீட்டா இருக்கும். நான் இப்ப தினசரி வக்கீல் ஆபீசிலே மீட் பண்ணுதமில்லா. எங்களெக் கண்டாலே மூலையிலே போயிப் பம்மிக்கிடும். வக்கீலு ப்ளானாட்டு ஒண்ணு செய்தாரு. வீட்டுக்குக்

கூட்டிட்டுப் போயி பெஞ்சாதியெ விட்டு எல்லாம் கேட்டு மனசிலாக்கிப் போட்டாரு. தாசில்தாரும் ரேஷன் ஆபீசர்மாரும் இஞ்சினியர்மாரும் அஸிஸ்டண்டு கமீஷ்ணர்மாரும் ஏ.எஸ்.பியும் டி.எஸ்.பி.யும் டாக்டர்மாரும் ... ஐயோ, ஐயோ! இவங்களுக்கு வண்ட வாளங்களையெல்லாம் மரியம்மை அவிழ்த்து விடுதாளே பார்க்கணும்! வேய், உம்மாண சொல்லுதேன், எனக்கு இங்கென வெச்சுப் பேசுதுக்கு அறப்பாட்டிருக்கு. ஆபீசுக்கு வாரும். வெளக்கே அணைச்சுப் போட்டுப் பேசுவோம்... 'நேசன்' கடைசிவரையிலும் ஒரு கை பாக்கத்தான் போகுது. ரெண்டு பாத்திரம் தேய்ச்சு வீட்டெப் பெருக்கி வாசலை மொழுகினா நாலு பருக்கை ஒட்டாதாண்ணு நெனச்சுக்கிட்டு வாறதுகளும் இந்த லோகத்துலே பொழைக்கணுமில்லா? என்ன சொல்லுதேரு?"

"சந்தேகமா? நீங்க செய்யறது ரொம்ப நல்ல காரியம். துணிச்சலான காரியம். நமக்கு எதுக்கு வம்பு அப்படின்னு எல்லாரும் ஒதுங்கிப்போற காரியம் இது. இந்த மாதிரி யெல்லாம் ஒண்ணு ரெண்டு பேர் துணியாட்டா உலகத்திலே யாருமே வாழமுடியாத நிலைமை ஏற்படும். நானும் இசக்கியும் ஒண்ணாப் படிச்சோம், அஞ்சாறு வருஷம். அவன் இப்படியெல்லாம் துணிச்சலான காரியத்தைச் செய்யறபோது எனக்கே அது பெருமையா இருக்கு. இதையெல்லாம் நான் உங்ககிட்டே சொன்னாப் போராது. அவனையே சந்திச்சுப் பாராட்டணும். நான் ஒருநா ஆபீசுக்குவறேன். கண்டிப்பா எனக்கு அவனெப் பாக்கணும்" என்று நான் அண்ணாச்சியிடம் சொன்னேன்.

இவ்வாறு சொன்னதில் எனக்கு மிகுந்த திருப்தி ஏற்பட்டது. அவனை எப்போதும் தரக்குறைவாகவே நினைத்து வந்திருக்கும் பழக்கத்தை இனிமேலும் காப்பாற்றிக் கொண்டிருக்க வேண்டாம் என்றும் எனக்குத் தோன்றிற்று. வாழ்க்கையில் எந்த ஒரு நிமிஷத்திலும் நான் இவ்வாறு நடந்துகொண்டதில்லையே என்று நினைத்தபொழுது வெட்கமாகக்கூட இருந்தது எனக்கு.

அன்று அண்ணாச்சி கையில் சந்தாப் பணத்தை மனப்பூர்வமாகச் சந்தோஷத்துடன் கொடுத்தேன்.

மறுநாளோ அல்லது அதற்கு அடுத்த நாளோ – இப்போது சரியாக நினைவில்லை – வீட்டுக் கொல்லையில் பின்பக்கக் காம்பௌண்டு சுவரையொட்டிக் கருவேப்பிலை மரத்தடியில் நின்றபடி பல் விளக்கிக்கொண்டிருந்தேன். அடுத்த காம்பௌண்டில் குடிசைக்கு அருகில் கீழே செம்புழுதியில் ஒரு மரப் பலகையைப் போட்டு அதன் மேல் குனிந்து நின்றபடி, பக்கத்திலிருந்த சிமிண்டுத் தொட்டியிலிருந்து ஒரு பெண் தண்ணீரைக் கைகளில் ஏந்தி நெற்றியில் வார்த்து முகத்தைக் கழுவிக் கொண்டிருந்தாள். புதுமுகமாகப்பட்டது.

பின்பக்கக் காம்பௌண்டு வெகுநாட்கள் வரையிலும் காலிமனையாகத்தான் கிடந்தது. இந்த இடம் சம்பந்தமான தகராறு ஒரு பிள்ளைக்கும் ஒரு நாடாருக்குமிடையே பல வருடங்கள் நடந்தது. ஊரறிந்த விவகாரம் இது. கடைசியில் திருவனந்தபுரம் ஹைகோர்ட்டில் நாடாருக்குச் சாதகமான தீர்ப்பு வழங்கப்பட்டது என்று சொல்லிக்கொண்டார்கள். மேற்படி நாடாருக்குப் பொன்னம்மை நாடாத்தி தூர பந்து. இவர்கள் இருவருக்கிடையிலும் விவகாரம் உண்டு. ஒரு பிறவி விவகார மூளையால்தான் அதைப் புரிந்துகொள்ள முடியும். அவ்வளவு சிடுக்கு. அவ்வளவு முடிச்சு. அவ்வளவு பாரம்பரியம். என் மனைவி எப்போதாவது ஒரு தடவை பின்பக்கம் எட்டிப் பார்த்தால் பொன்னம்மை வெடுக்கென்று பிடித்துக்கொண்டு கோர்ட்டு விவகாரங்களை விரிவாகச் சொல்ல ஆரம்பித்துவிடுவாள்.

பொன்னம்மை முதல் வகுப்பு வாசல்படி மிதித்தவள் அல்ல. இன்று வரையிலும் அவளுக்குப் பத்துக்குமேல் எண்ணவும் தெரியாது. இருந்தாலும் கோர்ட்டு விவகாரங்களையும், சம்பிரதாயங்களையும், லா பாயிண்டுகளையும் புரிந்து கொள்வதில்தான் என்ன லாவகம்! கோர்ட்டு பாஷையும் சொற்றொடர்களும்தான் அவள் நாக்கில் எவ்வளவு சுகமாக ஒட்டிக்கொள்கின்றன! அந்த அந்த இடத்தில் அதற் கென்றே உருவாகியுள்ள வார்த்தைகளைப் போட்டுப் பேசுவதில் தான் அவளுக்கு என்ன உற்சாகம்! அவள் சொல்வதை ஒரு மணிநேரம் கேட்டுக் கொண்டிருந்துவிட்டுத் திரும்ப வீட்டுக்குள் நுழைகிற என் மனைவி, "அவ ஆசையாச் சொல்றாளேனு 'உம்' கொட்டிண்டு கேக்கறேனே தவிர, ஒரு வார்த்தை எனக்குப் புரியலை. தலைவலிதான் வறது" என்பாள்.

பின்பக்க மனையில் பத்து சென்டு இடம் பொன்னம்மைக்குக் கிடைத்தது. ஒரு சிறிய குடிசையைப் போட்டுக்கொண்டு குடியேறினாள் அவள், பதினைந்து வருஷங்களுக்கு முன்னால். உழைப்பின் தெய்வம் அவள். இந்தப் பதினைந்து ஆண்டுகளில் அவள் அங்கு செய்து காட்டியிருக்கும் ஜாலங்களை விவரிப்பதற்குத் தனிப் புத்தகம் ஒன்று எழுதவேண்டும். தன்னுடைய புருஷன் அப்பாவி என்றும், எவ்வளவுதான் பட்டாலும் தெரியாமல் பிறரை நம்பி ஏமாறக்கூடியவன் என்றும் என் மனைவியிடம் பொன்னம்மை சொல்வாளாம். கொத்த வேலைக்குக் கையாளாகப் போய்க்கொண்டிருந்தான் அவன். நாற்பது வருஷம் கையாளாக இருந்த பின்பும் கரண்டி பிடிக்க அவனுக்குக் கைவரவில்லை. பொன்னம்மையின் குடும்ப சாம்ராஜ்ஜியத்தில் இவன் ஓட்டு உரிமையில்லாத ஒரு தாழ்த்தப்பட்ட பிரஜை. அன்றாடம் கிடைக்கிற காசை மனைவி கையில் கொடுத்து விட்டு, இலையில் போடுவதை முணுமுணுக்காமல் தின்றுவிட்டு அதற்கு மேல் எதிலும் பங்கெடுத்துக் கொள்ளாமல் இருக்கவேண்டியதுதான் அவனுடைய வேலை. ஒரே ஒரு தடவை மட்டும் அவன் தன் மனைவியை வீராவேசத்துடன் எதிர்த்தான். அது

அவர்களுடைய பெண்ணின் 'லவ்' விஷயமாக நடந்த சண்டையா, அல்லது வேறு முகாந்திரங்கள் இருந்தனவா என்பது எனக்குத் தெரியாது. மனைவி என்னை அழைத்துக் காட்டினாள். பொன்னம்மையும் அவளுடைய மூத்த பெண்ணும் அவனைக் குடிசையிலிருந்து பலாத்காரமாக வெளியே பிடித்துத் தள்ளுவதைப் பார்த்தேன். பின்னால் இரண்டொரு நாட்களில் எல்லாம் சமரசமாகிவிட்டது என்றும் என் மனைவி சொன்னாள்.

பொன்னம்மையின் குடிசையில் அவளும் அவளுடைய மூத்த பெண்ணும்தான் சேலை கட்டும் நபர்கள். அப்படியானால் யார் இந்தப் பெண்? மகள் அல்ல. அது காய்ந்து போன கொத்தவரைக்காய். காதல் கல்யாணத்திற்குப்பின் இப்பொழுது உடம்பு சற்றுத் தேறி எலும்பு முடிச்சுகள் கொஞ்சம் மறைந்திருக்கின்றன என்றாலும், இந்த மதமதப்பு ஏற்பட்டுவிடவில்லை.

அந்தப் பெண் முழு ஆகிருதியும் தெரிய நிமிர்ந்து நின்றாள். நல்ல வசீகரமான தோற்றம். கையும் காலும் வாழைத்தண்டு மாதிரி கட்டிகட்டியாய் இருந்தன. நல்ல எடுப்பு. சிலர் வீட்டுக் கொல்லையில் – மண்வாசியோ அல்லது குப்பையும் சொத்தையும் சாக்கடைத் தண்ணீரும் நல்ல உரமாய் அமைந்துவிடுவதனாலேயோ அகலமாய் இலை வீசி – தூண்போல் தண்டு உருண்டு மதமதவென்று நிற்கும் வாழைமரத்தைப் பார்த்திருக்கிறேன். அந்தப் பெண்ணைப் பார்த்தபோது எனக்கு அந்தக் காட்சிதான் நினைவுக்கு வந்தது.

பொன்னம்மையின் குழந்தைகள் காலைக் கடன் களைத் தீர்த்துக்கொள்ள அந்த மனையில் ஒரு மூலையில் அகலமாக ஒரு குழி வெட்டிப்போடப்பட்டிருந்தது. அந்தக் குழிக்குப் பக்கத்தில் ஏதோ சலசலப்புக் கேட்கவே அந்தப் பெண்ணின் பார்வை அந்தப் பக்கம் திரும்பிற்று. ஓணானோ அரணையோ தெரியவில்லை. அந்தத் திசையிடையே கூர்ந்து கவனித்துக்கொண்டிருந்த அவளுடைய கண்கள் குழந்தையின் கண்கள் போல் ஆச்சரிய பாவத்தில்

மெல்லமெல்ல விரிவதைக் கண்டேன். சுவரை நெருங்கி மறுபக்கம் எட்டிப் பார்த்தேன். பெரிய வண்ணாத்திப் பூச்சி ஒன்று அந்தரத்தில் இந்திரஜாலம் பண்ணிக்கொண் டிருந்தது. என்ன அழகு! என்ன அற்புதமான வண்ணக் கலவை! பளிச் பளிச்சென்று நினைக்காத நிமிஷங்களில் இடமும் வலமும் வெட்டி வெட்டித் திரும்பி என்னென்ன ஜாலங்களெல்லாம் காட்டுகிறது அது! அவளுடைய விழிகள் அதன்மேல் படிந்து அதன் அசைவுக்கு அனுசரணையாய் அங்குமிங்கும் ஓடின. முகத்தில் ஒரு குறுநகை மலர்ந்தது. கடைசியில் உட்கார்ந்துவிடுமென்று எதிர்பார்த்த நிமிஷத்தில் மீண்டும் அது அவளை ஏமாற்றிவிட்டது போலும்!

அங்கு நின்றுகொண்டிருப்பது உணர்வில் தட்டவே அவசரமாகக் கிணற்றடியை நோக்கித் திரும்பினேன். கண்ணாடியில் பல்லைப் பார்த்தபோது அன்று பல் வழக்கத்தை விட வெளுத்திருந்தது. வெற்றிலைக் காவிகூடக் கொஞ்சம் கனத்தை இழந்துவிட்டது போலிருந்தது.

மறுநாள் காலையில் கையில் பிரஷுடன் கொல்லைப் புறம் சென்றபோது அவளுடைய முகம் மனசில் நிழலாடிக் கொண்டிருந்தது. நேராகக் கருவேப்பிலை மரத்தடிக்குச் செல்லாமல் பல்தேய்த்தபடி சுற்றிச்சுற்றி வந்துவிட்டு, என்னை அறியாமலே கருவேப்பிலை மரத்தடிக்கு வந்து சேர்ந்துவிட்ட மாதிரி பாவித்துக்கொண்டு, அடுத்த காம்பௌண்டை எட்டிப் பார்த்தேன்.

கொடியில் துணி உலர்த்திக்கொண்டிருந்தாள் அவள். குளி அதற்குள் முடிந்துவிட்டிருந்தது; நல்ல பழக்கம்தான். ஈரப்பசை அகலாத மயிர் தலையோடு ஒட்டிப் படிந்து, பாதி முதுகை மறைத்தபடியிருந்தது. குதிரை வாலை அடர்த்தியான பகுதியிலேயே குறுக்கி வெட்டிவிட்டது போலிருந்தது அது. வேஷ்டியும் ஜம்பரும் அணிந்திருந்தாள். சுவரில் அந்தப் பெண்ணின் நிழலுருவம் பெண்மை யின் வடிவத்திற்கு இலக்கணமாகத்தான் இருக்கும். பொன்னம்மையின் சொந்தக்காரியா அல்லது புதிய

மாப்பிள்ளையின் சகோதரியா என்றெல்லாம் பலவாறு யோசித்து அனுமானிக்க முயன்றேன்.

ஈரத்துணியைக் கொடியில் தூக்கிப் போடும்போது அவளுடைய பார்வையில் நான் விழுந்தேன். துணியை விரித்துவிட்டு வேஷ்டியின் பெரிய முந்தியைத் தூக்கி நெஞ்சுக் குவட்டில் சொருகிக்கொண்டாள் அவள். மற்றப்படி நிர்மலமான பார்வை. ஒரு பெண் மற்றொரு பெண்ணைப் பார்க்கும் சாதாரண ஆச்சரியம்தான் முகத்தில் தெரிந்தது. நான் பார்வையை வேறு திசைக்குத் திருப்பி ஒரு தீர்மானத்துடன் இயற்கைக் காட்சிகளை ரசிக்க ஆரம்பித்தேன். என்னைப்பற்றி மிகவும் கவுரவமான எண்ணம் அவள் மனசில் ஏற்படவேண்டுமே என்ற கவலை பிறந்தது. அப்படித்தான் ஏற்பட்டிருக்கும் என்றும் எண்ணினேன். உண்மையும் அதுதானே?

"ஸாரே, உங்ககிட்ட போன கிழமே பேப்பர் இருக்குதா?"

சுவருக்கு அப்பால் என் எதிரே அவள் நின்றுகொண்டிருந்தாள்.

ஆச்சரியமாக இருந்தது. அவள் முகத்தைப் பார்த்தேன். 'இது என்ன பெரிய விஷயம்? நான் பேசுகிற பாஷை உங்களுக்குப் புரியுமே' என்பதுபோல் ஒரு சாதாரணத் தன்மை முகத்தில். அவளுடைய இயற்கையான தன்மையை நானும் ஒரு நொடியில் வாங்கிக்கொண்டு, "என்ன பேப்பர்?" என்று கேட்டேன்.

"திருவிதாங்கூர் நேசன்னு ஒண்ணு எறங்குதாமே, அது இருக்குதா? கஸ்டம்னு சொன்னா வேண்டாம். கைவசம் உண்டுமா?"

"இருக்கு."

"பாக்கணும். கஸ்டம்னு சொன்னா வேண்டாம்."

நான் வீட்டிற்குள் வந்து பேப்பரைத் தேடினேன்.

எங்கள் காம்பௌண்டு மேட்டுப் பாங்கான இடம். பின்பக்க மனை சற்றுப் பள்ளம். அவள் சுவரையொட்டி

நகர்ந்து கையை மேலே தூக்கினாள். அவளுடைய ஐந்து விரல்கள் மட்டும் சுவருக்கு மேலே தெரிந்தன. உள்ளங்கையில் ஆழமான ரேகைகள். உருண்டு திரண்ட விரல்கள். குட்டை விரல்களும் அல்ல. நகம் ஒட்ட வெட்டப்பட்டிருந்தது.

அவள் பேப்பரைப் புரட்டிப் பார்த்தாள். புரட்டுகிற தினுசே அது அன்றாடம் புரட்டும் விரல்கள் அல்ல என்பதைப் பறைசாற்றுவது போலிருந்தது.

"ஸாரே, இந்தப் படம் யாருன்னு தெரியுதா ?"

"பார்த்தேனே, யாரோ மரியம்மைன்னு போட்டிருந்தது" என்று அக்கறையற்ற தன்மையைக் குரலில் வெளிப் படுத்திக் கொண்டு சொன்னேன்.

"எனக்குப் படம் ஸாரே... தெரியலையா ?"

நான் சற்றும் எதிர்பாராத விஷயம் இது. நாடகத்தில் ஒரு கெட்டிக்காரத்தனமான காட்சியின் ஆரம்பம் போலிருந்தது எனக்கு.

"போட்டோவுக்கும் உனக்கும் சம்பந்தமே இல்லையே !"

அவள் பார்வை படத்திலேயே படிந்திருந்தது. பார்வையை அதிலிருந்து அகற்றவே முடியவில்லை அவளால். குனிந்த தலை நிமிரவே இல்லை. பெரிய உதடுகள் ஒரு குறுநகையில் விரிந்தன.

"ஸாரே, அண்ணு நான் டிரஸ் பண்ணிக்கிடலே. வக்கீல் ஸாரு திடீர்னு வெயில்லே போயி நில்லுன்னு சொன்னாரு. யாரோ ஒருத்தன் வந்து ணச்னு படமெடுத்துப் போட்டான். தலை சீவலே, பொட்டுத் தொடலே, சீலை மாத்தலே. ஒண்ணும் செய்துக்கிடலே. கம்மலும் மாலையும் இருக்கு ஸாரே. போலீசு ஸ்டேஷன்லே இருக்கு. நாலேமுக்கா ரூபாயும் அவனுக கையிலே இருக்கும். வக்கீலு போயிக் கேட்டதுக்கு இப்பம் தரமுடியாதுன்னு சொல்லிப் போட்டானுவளாம். ஒரு சேலையும் சம்பரும் இருக்கு ஸாரே அதுக்குக்கூடே. பச்சேலே வெல்வட்டு சம்பரு. போன வருஷம் கப்பலு ஏறுதுக்கு முன்னுக்கு

கிறிஸ்துமஸையொட்டி எஸ்தர் அக்கா எடுத்துத் தந்தாவ. கெஜம் ஒன்பது ரூபா ஸாரே. புல்லுப்போல பச்சே. தொட்டா குளத்துப்பாசி கணக்க குளுகுளுணு இருக்கும். ஒரு தடவெ போட்டுக்கிட்டு சவேரியாரு கோவிலுக்குத் திருவிழாவுக்குப் போனதுதான் உண்டு. எடுத்துக்கிடுவானுவளா ஸாரே, போலீசுக்காரனுவ? நான் விடமாட்டேன். எனக்கு என்ன ஸாரே பயம் அவனுவளே. கடிச்சு முழுங்கியா போடுவானுவ? ஸாரே, நான் கடுவாக் கூண்டுலேந்து தப்பிச்சு வந்தவ. நான் எப்படியும் வாங்கிப்போடுவேன். இப்பம் மூணு நாளாட்டு இந்த வேட்டியைக் கட்டிக்கிட்டு நிக்கேன். எங்க ஊரிலே கட்டுது உண்டும் சாதாரணமாட்டு. ஆனா இங்கேன்னு சொன்னா கொறச்சிலாட்டு இருக்குது. கோர்ட்டுக்குப் போகுதுக்கு ஸாரி இருக்குது. வக்கீலுக்குப் பெஞ்சாதி தந்தாவ ஸாரே. இந்தப் பேப்பரே எல்லா ஜனங்களும் பாப்பாங்களா ஸாரே? ஸாரே, உங்க படம் பேப்பரிலே அடிச்சு விட்டிருக்கானுவளா? நல்லாப் படம் புடிக்கிற ஆளெத் தெரியுமா ஸாரே? சொல்லி அனுப்புவேளா? இதெ இருட்டாட்டு எடுத்துப்போட்டான். மண்டூஸு. இன்னைக்கு ஸ்கூலு காம்பௌண்டிலே ஏறி வாறேன், எதிர்த்தால ரெண்டு பையன்மாரு வந்தானுவ. அதில ஒருத்தன், கூட வாறவன் கிட்டே கேக்கான். 'இவ சாடையிலே பேப்பரிலே வந்தால இருக்குல்லா...?' அப்படீனு. நான் நின்னு பேசலே. வக்கீலு ஸாரு சொல்லியிருக்கு ஒரு மாதிரிப்பட்ட கச்சிக யாரிட்டேயும் வாயெக் குடுக்கப் படாதுன்னு. உங்ககிட்டேப் பேசினா என்னா ஸாரே? நீங்க அந்தஸ்தான ஆளுதானே? போட்டோ நல்லா எடுத்தாமில்லே பொடிப்பய. எங்க அக்காளுக்குக் கல்யாணத்துக்கு எடுத்திருந்து. குழித்துறைக்காரன் மலையாளி வந்து பல்புத் தட்டி எடுத்தான். என்னனணு இருந்து! இதெக் கண்டா நான் கரிக்கறுப்புன்னு தானே ஆளுக நெனக்கும் ஸாரே? ஸாருக்குக் குழந்தைக உண்டுமா? பிஸினஸ் உண்டுமா, ஸாரே? நேத்து ஒரு வயசான அம்மா – மூக்குத்தி போட்டிருந்தாவ – பூ பறிச்சுக்கிட்டு

நின்னாங்களே அந்திக்கு, தாயாரா? தாயாருதான். சாடெ அச்சுப்போலத் தெரியுதே. நீங்க மீன் எடுப்பேளா ஸாரே? எடுக்க மாட்டிய, அப்படித்தானே? ஸாரே... நீங்க பந்தடிக் கிளப்புலே மெம்பரா? மெம்பர்னு சொன்னா பேரெ வெட்டிப் போடச் சொல்லுங்க. உங்களெ மாதிரி அந்தஸ்தான ஆளுக்கு அந்த இடம் கொள்ளாது ஸாரே. நீங்க வீட்டிலேயே மேடை போட்டு ஆடலாமே, புருஷனும் பெஞ்சாதியுமாட்டு. தாராளம் இடம் கெடக்கே. என்ன ஸாரே, நான் சொல்லுது மிஸ்டேக்கா? மிஸ்டேக்குன்னு சொன்னா சொல்லிப்போடுங்க..."

எனக்கு அப்படியே அவளை என் வீட்டுக்கு வரச் சொல்லி அவளுடைய வாழ்க்கை வரலாற்றை நினைவு தெரிந்த நாளிலிருந்து அன்றுவரையிலும் நுணுக்கமான விவரங்களுடன் கேட்டுத் தெரிந்துகொள்ள வேண்டுமென்ற எண்ணம் ஏற்பட்டது. மூடை மூடையாய் அபூர்வமான கற்கள் வைத்திருக்கும் ஒரு வியாபாரி ஒரு பிடி எடுத்துக் காட்டி நிறுத்திக்கொண்டது போலவே இருந்தது அவள் பேசி முடித்தது. என் மனசில் கணக்கற்ற கேள்விகள் முளைத்தன. பல கேள்விகள் கேட்க முடியாதவை. அதுவும் கேட்கக் கூடியவர்களுக்குக் கேட்கக் கூடியதாகவே படலாம். எனக்குப் பழக்கமில்லை. அக்கேள்விகளைக் கேட்கக் கூடியவனாகப் பிறர் என்னை நிதானிக்க மாட்டார்கள் என்பதனாலேயே என்னால் கேட்க முடியாத கேள்விகள் அவை. எதிரே பெண்மையின் வடிவில் ஒரு அனுபவச் சுரங்கமே நின்று கொண்டிருப்பதுபோல்பட்டது எனக்கு. அந்த இருபத்தியோரு நாட்களிலும் எத்தனையெத்தனை விசித்திரமான அனுபவங்களுக்கெல்லாம் ஆளாகி யிருப்பாள் அவள்? மனிதனின் சல்லித்தனமான பலகீனங்கள் எவ்வளவு அப்பட்டமாகத் தன்னை அவள்முன் காட்டிக்கொண்டிருக்கும்! நினைத்து நினைத்து அழும்படியானதும், சிரிக்கக்கூடியதுமான எத்தனை அனுபவங்கள் அந்தக் குறுகிய காலத்திலேயே ஏற்பட்டிருக்கும்! அவற்றையெல்லாம் நான் ஓர் ஆண் என்பதை மறந்து அவளால் என்னிடம் சொல்ல முடியுமா?

அவளிடம் என்ன கேட்கவேண்டுமென்பதையோ, எதிலிருந்து ஆரம்பிக்கும்படியாகக் கேட்டால் சுருளைச் சுலபமாக விரிக்க அவளுக்கு ஏந்தலாக இருக்குமென் பதையோ என்னால் தீர்மானிக்க முடியவில்லை. பேச்சின்றி நிலவும் மௌனம் அவளை விடைபெற்றுக்கொள்ளத் தூண்டிவிடுமோ எனற பயமும் ஏற்பட்டது.

“கேஸ் போட்டாச்சா?” என்று கேட்டேன்.

“போட்டாச்சு ஸாரே, குரியன் ஜார்ஜு ஒண்ணாம் பிரதி. பலவந்தப்படுத்தினாருன்னு சொல்லி இருபதினா யிரம் ரூபா கேட்டிருக்குன்னு வக்கீல் ஸாரு சொன்னாரு. கூட ஒன்பது பிரதிகள் உண்டும். இனிமேதான் இருக்கு ஸாரே, நாடகம். நான் ஒரு பொம்புளைன்னு சொன்னா குரியன் ஜார்ஜெ ஒரு பாடம் படிப்பிச்சிப் போடுவேன், ஸாரே. நான் இதோட அழிஞ்சி போயுட்டாலும் சாரமில்லை. உடுக்கத் துணியில்லாம பத்து வீடு எரந்து குடிச்சாலும் சரி. அவன் வாய்க்கு வயத்துக்கில்லாம வற பாவங்களெக் கெடுக்குது இதோட நிக்கணும். நாங்க பட்டினி பாவங்கதான் ஸாரே, இல்லேன்னு சொல்லலே. ஆனா மானம் மரியாதயோடெ பட்டினி கெடக்கறவங்க ஸாரே. எங்க ஊருக்கு மூணு மைலு கெழக்கே, பரப்புவிளைனு கேட்டிருக்கேளா, ஸாரே? வீட்டிலே பெரிய மனிஷியாட்டு இருந்த புள்ளே ஸாரே, அந்தஸ்தான குடும்பம்தான். ஒரு கொறை சொல்லிக்கிட முடியாது. தாயும் தகப்பனும் சோதர சோதரிகளும் கண்ணுக்குள்ளேதான் வச்சுப் பாத்துக்கிட்டுருந்தாவ. அந்தப் புள்ளே எப்படியோ பெசகிற்று. ஆளு யாருன்னு தெரியாது. தூணிலே கட்டிவெச்சு அடிச்சாரு தந்தெ. கை காலும் ரத்தம் கக்குது. அவ பேரைச் சொன்னாளில்லே. பாருங்க ஸாரே, இந்த மாதிரி குடிசை. அதுக்கு பின்னாலே கையும் காலையும் கட்டிப் போட்டு வாயிலே துணியடைச்சு தாயும் தந்தையும் கூடப்பிறப்புகளும் சுற்றிவர நின்னுக்கிட்டு மண்ணெண்ணையை விட்டு எரிச்சுப் போட்டாங்க ஸாரே! எட்டு மாசம் வயத்திலே! ‘என் மவளே, என்

கண்ணு, என் ராசாத்தி, இப்பம் ஒனக்குச் சதை வேகுது சொகமாட்டு இருக்கா? இப்படித்தான் இருந்து மகளே எனக்கும், உன்னை வாயும் வயிறுமாட்டுப் பார்க்கயிலே' அப்படீனு தாயாரு சொல்லிற்றாம். பதினாறாம் பக்கம் செத்துப் போயிட்டு ஸாரே அவளுக்க அம்மா. நான் அந்தப் பக்கத்துக்காரி. என்ன ஒருத்தன் கெடுக்கணும்னு நெனச்சா நடக்குமா ஸாரே? பணத்தைக் காட்டினா நான் பல்லைக் காட்டிருவேன்னு நெனச்சுக்கிட்டு இருக்கானுவ. இன்னா பாத்தேளா ...?" என்று முகத்தைத் தூக்கிக் காட்டினாள்.

தாடையில் ஒரு அங்குலத்திற்கு ஒரு காயம் பொருக்காடியிருந்தது.

"புடிச்சுத் தள்ளினது ஸாரே. கட்டிலுக் காலு பட்டு ரத்தம் கொட்டிச்சு. நான் சொல்லிப்போட்டேன். ஒண்ணுலே நான் ஒன்னக் கொல்லணும். இல்லைன்னு சொன்னா நீ என்னக் கொல்லணும். குஞ்சு பிள்ளை கதவுக்கு வெளியிலே நின்னுகிட்டுக் கத்துதான், 'மரியம்மே, மொதலாளிக்கு இஷ்ட மாட்டு நடந்துக்கோ. இல்லைன்னு சொன்னா ரொம்பக் கஷ்டப்பட்டுப் போவே. சொல்லிப்புட்டேன்' அப்படீன்னு. நான் சொன்னேன், 'நீ வீட்டுக்குப் போயி உன் கூடப் பொறப்பே கூட்டிக்கிட்டு வா'ன்னு. நான் சொன்னது மிஸ்டேக்கா ஸாரே?"

"ரொம்ப சரி."

பொன்னம்மையின் தலை குடிசைக்கு வெளியே தெரிந்தது. "வா அத்தே" என்றாள் மரியம்மை. பொன்னம்மை வெளியே வந்தாள். அவளுடைய முகம் ஆச்சரியத்தில் விரிந்தது. அன்று வரையிலும் நான் அவளுடன் ஒரு வார்த்தைகூடப் பேசியவன் அல்ல. பெண்களைக் கண்டாலே ஒதுங்கிப் போய்விடக்கூடிய சுபாவம் எனக்கு. மரியம்மையிடம் நான் பேசிக்கொண்டிருந்தது அவளுக்கு மிகுந்த வியப்பை அளித்திருக்கும். அதை

அவ்வளவாக வெளியே காட்டிக்கொள்ளாமல் சமாளித்தபடி அவள் பேச ஆரம்பித்தாள்.

“செல்லத் தங்கம், சாமிகிட்ட உனக்குக் கதையெல்லாம் சொல்லுதையாக்கும். நீ பொண்ணாட்டுப் பொறந்த கதை. உனக்குத் தாய்க்கு நல்ல நேரத்திலேதான் வயிறு திறந்து. கடவுளே! பூச்சியாட்டுப் பொறந்தாலும் பொண்ணாட்டு பொறக்கக் கூடாதுன்னு சொல்லுதுண்டும். இவ எடுத்த ஜென்மம் இனிமே உலகத்திலே எந்தப் பொண்ணும் எடுக்கப்படாது சாமீ. அவளுக்குக் கதையைக் கேட்டாலே புல்லரிக்கு. மாரும் நெஞ்சும் படபடனு வருது. எப்படித்தான் அந்த இடத்திலே தன்னந் தனியாட்டு இருபத்தியோரு நாள் இருந்து போட்டாளோ? ஆனா தங்கக் காப்பு செய்துபோடணும் சாமீ அவளுக்குக் கையிலே. ஒரு அப்பனுக்கும் ஒரு அம்மைக்கும் பொறந்தவதான்னு காட்டிப்போட்டா. ஆயிரம் அவிசாரி திரிஞ்சுட்டுப் போட்டும், சாமீ. இவ பேரைச் சொல்லிக்கிட்டே இன்னும் நூறு வருசத்துக்குப் பொம்புளைங்க தலை நிமுந்து நடக்கலாம். நான் சொல்லுது எப்படி சாமீ?”

“சந்தேகமா?”

‘இந்தப் பொண் உங்கிட்டே எப்படி வந்து சேர்ந்தது’ என்ற கேள்வி நாவின் நுனி வரையிலும் வந்தது எனக்கு. ஆனால் என்னால் அதைக் கேட்க முடியவில்லை. மரியம்மை விஷயத்தில் எனக்குத் தோன்றிவிட்ட அக்கறையைப் பொன்னம்மையிடம் காட்டிக்கொள்வது விவேகமல்ல என்று பட்டது.

பொன்னம்மை குடிசைக்குள் போய்விட்டாள்.

விடைபெறும் முகமாய் என்னைப் பார்த்துச் சிரித்துவிட்டு மரியம்மையும் குடிசை வாசலில் போடப்பட்டிருந்த நார்க் கட்டிலைப் பார்க்கச் சென்றாள்.

நான் கிணற்றடிக்கு வந்து வாயைக் கொப்புளித்துவிட்டு வீட்டிற்குள் நுழைந்தேன்.

குழந்தைகள் பள்ளிக்கூடம் போய்விட்டன. அப்பா கடைக்குச் சென்றுவிட்டார். சீக்காளியான அம்மா இன்னும் எழுந்திருக்கவே இல்லை. அரவமில்லாமல் இருந்தது வீடு. மழை பெய்து ஓய்ந்தது போலிருந்தது. கூடமும், வாசல் திண்ணையும், பின்கட்டும் விஸ்தாரத்தை விளம்பரப்படுத்திக் கொண்டிருப்பதுபோல் இருந்தன.

அடுக்களைக்குள் நுழைந்தேன். தோசைக் கடை ஓய்ந்து விடக்கூடிய தறுவாயிலிருந்தது. இனிமேல் ஒரு மணி நேரம் இடைவெளி. அடுத்த பரபரப்பு பத்து மணிக்கு மேல் ஆரம்பம். மனைவி குளிப்பதற்கு ஆயத்தமாகிக் கொண்டிருந்தாள்.

"கேட்டாயா விஷயத்தை" என்று சுவரில் சாய்ந்து குந்தி உட்கார்ந்துகொண்டேன்.

"ரெண்டாவது காபி ஆயாச்சுல்லியா?"

"அதுக்குச் சொல்லலே இப்பொ. இந்த வாரம் திருவிதாங்கூர் நேசன் பார்த்தியா?"

"மரியம்மை விஷயம்தானே?"

பொட்டுப் போட்டாற்போல் அவள் கேட்டுவிட்டதை நான் சாதாரணமாகக் காட்டிக்கொண்டே, "படிச்சயா?" என்று கேட்டேன்.

"படிச்சேன். அம்மாவுக்கும் படிச்சுக் காட்டினேன். நேத்து மத்தியானம் பெரிய சர்ச்சை அதைப்பத்தி."

"யாருக்கும் யாருக்கும்?"

"அப்பாவுக்கும் அம்மாவுக்கும்தான்."

மத்தியானம் இரண்டு இரண்டரை மணிவாக்கில் அப்பாவுக்கும் அம்மாவுக்கும் ஒரு பேச்சு ஆரம்பமாகும். நல்ல இணக்கமாக ஆரம்பித்துச் சில நிமிஷங்களில் கரகரத்துச் சர்ச்சை சம்வாதம் ஆகிய நிலைகளைப் படபடவென்று தாண்டி அப்பா போடும் கூப்பாட்டோடு முடிவுறும் ஒரு அன்றாட அயிட்டம் அது.

"ஏழைப் பொண்ணெப் பத்துத் தடியன்களா என்ன பாடு படுத்தியிருக்கான் பார்த்தேளா? இருந்தாலும் கலி முத்திப்போச்சு. லேசான ஆட்களா அப்படீனு அம்மா ஆரம்பிச்சா. அதுக்கு அப்பா, அந்தப் பெண்ணெப்பத்தி உனக்கு என்ன தெரியும்? எப்பேர்பட்டதோ யாரு கண்டா? கெட்டுச் சீரழிஞ்ச கழுதையா இருக்கும். நாம் என்னத்தைக் கண்டோம் அப்டீன்னு சொன்னார். அம்மா விடுவளா? பேப்பரிலே பத்தி பத்தியாப் போட்டிருக்காளே பாக்கலையா? இதுக்கு மேலே என்ன வேணம்? இருந்தாலும் பணக்காரத் தடியன்களுக்கும் படிச்ச தடியன்களுக்கும் கொழுப்பு மிஞ்சித்தான் போச்சு. தட்டிக்கேட்க ஆளில்லை என்கிற கொழுப்பு அப்டீனு சொன்னா. அதுக்கு அப்பா, இந்தப் பேப்பர்காரங்களுக்கு வேறு என்ன ஜோலி? பேனா கையிலே இருக்கு. நம்ம மாதிரி பத்து சும்பன்கள் காசு கொடுத்து வாங்கிப் படிக்கத் தயாரா இருக்கான். எதையாவது எழுதுவன்கள், பேச்சை விடு அப்டீனு ஒரே போடாய்ப் போட்டுட்டார். அம்மா வாய் அடங்கிப் போச்சு.

"ஆமாம், உங்ககிட்டே ஒண்ணு கேக்கணும்னு நெனச்சேன். இது சம்பந்தமா இன்னும் பெரிய மனுஷா பேர் எல்லாம் அடிபடறதேன்னு சொல்றாளே, யாராருனு உங்களுக்குத் தெரியுமா?" என்று கேட்டாள் மனைவி.

"எனக்குப் பயமா இருக்கு."

"எதுக்கு?"

"என்னையும் பெரிய மனுஷா லிஸ்டுலே சேத்துடு வானோன்னு."

"நீங்கதான் தங்கக் கம்பியாச்சே!"

"ஒவ்வொரு பெண்டாட்டியும் இப்படியேதான் நெனச்சுண்டிருக்கா. குரியன் ஜார்ஜ் சம்சாரத்துட்டேக் கேட்டுப்பாரு. அவளும், 'என் புருஷனா ராமச்சந்திர மூர்த்தியின்னா'ன்னு சொல்லிடுவள். இங்கே முச்சந்தியிலே சீரழியறது அவளுக்குத் தெரியாது..."

“பொம்புளைகள் என்ன செய்வா? சாது ஜென்மங்கள். ஆம்புளைகள் வெளியிலே பண்ற திரிசமன் அவாளுக்கு எப்படித் தெரியும்?”

“பொம்புளைகள் வீட்டோடதானே இருக்கா. ஒண்ணும் தப்பா நடந்துடாதுன்னுதான் ஆம்புள்ளைகளும் நம்பிண்டிருக்கா. எவ்வளவோ நடந்தாச்சு. அனேகர் நம்பி நம்பி ஏமாந்து கட்டமண்ணாப் போயாச்சு. புத்தி வரமாட்டேன் என்கிறது. எவ்வளவு பட்டாலும் தெரிய மாட்டேன் என்கிறது. என்னதான் இருந்தாலும், என் பொண்டாட்டியா, ஊஹூம், ஒரு நாளும் இருக்காதுன்னே நெனச்சுடரான்கள் மன்னன்கள். அடுத்த வீட்டுக்காரன் பொண்டாட்டி, பின்வீட்டுக்காரன் பொண்டாட்டி, எதிர்வீட்டுக்காரன் பொண்டாட்டியெல்லாம் முன்பின்னா ஒரு தினுசா இருக்கலாம். தெரிஞ்சது பாதி தெரியாதது பாதீனு இருக்கும். என் பொண்டாட்டி சீதா தேவி. வில்லை ஓடிச்சுப் பண்ணிண்டு வந்திருக்கேன். பேசப் படாது அப்படின்னே கடைசிவரையிலும் நம்பிண்டு இருந்துட ரான்கள்…”

“பிலாசபி ஆரம்பமாச்சு! நான் பேச்சை நிறுத்திக்க றேன்.”

“இந்தப் பாரு, அதுக்குச் சொல்லலை. இந்த அப்பா இருக்காரே, உலகத்திலே எதையாவது உண்மைனு நம்புவாரோ? குடலை அறுத்துக் காட்டினா வாழைநார்னு சொல்லட்டும். வாழை நாரையே வாழை நார்தானோன்னு கேக்காமலாவது இருப்பாரோ? அவருக்குன்னு தனியா ஒரு புத்தி இருக்கத்தான் இருக்கு. அதை அப்பழுக்கில்லாம அந்த மேனிக்கு அவர் இன்னிவரையிலும் காப்பாத்திண்டு வர ஆச்சரியம்தான் எனக்குத் தீர்ந்தபாடாய் இல்லை. கடைக்காவூர் பக்கம் ரயில் கவிழ்ந்து இருபத்தி மூணுபேர் செத்துப் போயுட்டான்னு சொன்னவுடனே, பிராமணா யாராவது உண்டோடா அதிலேனு கேட்டவர்தானே இவர். நன்னாப் பாருடா, இந்த அசடுகள்தான் முதல்லே போயி ஏறும் கவிழப்போற ரயில்லே. கூட இருக்கிறவனும், சாமி

இது ஒரு மணி நேரத்துக்கு முன்னாலே போயுடும்னு ஏத்தி விட்டுடுவன்கள். பிராமண விசுவாசம் கம்பிளீட்டாப் போயுடலைனு இதுவும் உள்ளூர சந்தோஷப்பட்டுண்டு அந்த வண்டியிலே ஏறித் தொப்ன விழுந்து சாகும்."

"எல்லோரும் கம்யூனிஸ்டா இருப்பாளா?"

"என்ன கேட்டே? எல்லாரும் கம்யூனிஸ்டா இருப்பாளான்னா? கம்யூனிஸம் இங்கே எங்கே வந்தது?"

"இப்படியெல்லாம் கரால் பண்ணினா எனக்குப் பதில் சொல்லத் தெரியாது. நான் பி.ஏ. இல்லை; எம்.ஏ. இல்லை; வெறும் ஐ.ஸி.எஸ். தான்" என்று தன்னுடைய வழக்கமான ஹாஸ்யத்தை உதிர்த்தாள்.

நான் கடகடவென்று சிரிக்க ஆரம்பித்து நிறுத்த வேண்டிய இடத்தில் நிறுத்தாமல் தொடர்ந்து சிரித்துக் கொண்டே இருந்தேன்.

பேச்சை நிறுத்திக்கொள்வோம் என்ற பாவனையை எனக்கு உணர்த்தும் பொருட்டு முகத்தில் கடுகடுப்பு ஏற்றிய படி கொல்லைத் திண்ணைக்குச் சென்று மட்டிக்கால் போட்டு அமர்ந்து கீழே கிடந்த பத்திரிகையை எடுத்துப் புரட்ட ஆரம்பித்தாள்.

நான் எழுந்து பின்திண்ணைக்குச் சென்றேன்.

"அப்பாவுக்கு அதில்லே. இவ்வளவு பெரிய மனுஷாள்ளாம் இதிலே அகப்பட்டுக்கொண்டு முழிக்கும்படியா ஆயுடுத்தேன்னு வருத்தம் அவருக்கு. குரியன் ஜார்ஜுனு சொன்னா லேசா? முந்திரிப் பருப்பு ஏற்றுமதியிலே லக்ஷம் லக்ஷமா வாரிண்டிருக்கான். திருவனந்தபுரம், கொல்லம், கோட்டயம்னு ஊர் ஊரா பங்களா இருக்கு. நாலு கார் இருக்கு. எட்டு நாய் இருக்கு. பதினாலு வேலைக்காரன் இருக்கான்..."

"முப்பத்திரண்டு பல் இருக்கு..."

"ஃபோன், ஃபிரிஜ், ஏர் கண்டிஷன், டேப் ரிக்கார்டர், கான்வென்டு குழந்தைகள், பெரிய தொந்தி எல்லாம்

இருக்கு. வீடு மகாராஜா கொட்டாரம் மாதிரி இருக்கு. அவனே ராஜா மாதிரியிருக்கான். ரெண்டு ராஜா சேர்ந்து நிக்கற மாதிரி. அவன் பெண்டாட்டி விக்டோரியா மகாராணி மாதிரி ரெண்டு கன்னத்திலேயும் ரெண்டு ஆப்பிள் பழத்தை ஒட்ட வெச்சுண்டு நிக்கறா. இப்படி வந்து அகப்பட்டுக் கொண்டுவிட்டானேனு அப்பாவுக்குக் கனவருத்தம். அவன் பாட்டுக்கு அவளைக் கூட்டிக்கொண்டு பம்பாய்க்கோ கல்கத்தாவுக்கோ போயிருக்கப்படாதோனு தன் மனசுக்குள்ளே நெனச்சுக்கறார்...”

“ஆனா அது எப்படியோ உங்களுக்குத் தெரிஞ்சுடறது...”

“பெரிய மனுஷன்னு சொன்னா சில சில பலஹீனங்கள் இருக்கத்தான் செய்யும். அதெக் கண்டுக்காம இருக்கிற புத்திசாலித் தனம் இந்தப் பாழாப்போன உலகத்துக்கு என்னிக்குத்தான் வரப்போறதோன்னு விசாரப்படறார். இன்னும் கேஸு பெரிசாச்சுன்னா, சாஸ்திரிகள் சர்மாக்கள் பண்டித சிரோமணிகள் தாத்தாச்சாரியார்கள் தீக்ஷிதர்கள் எல்லோரையும் மரியம்மை புசுபுசுன இழுத்து முச்சந்தி யிலே தூக்கி எறிஞ்சுடுவளோனு நெனக்கறதே வயத்தெக் கலக்கிண்டு வறது அவருக்கு. குடுமியும் பூணூலுமா கூண்டுலே ஏறி நின்னான்னா தெரியும்! சன்னம் சன்னமாக் கிழிச்சி எறிஞ்சுடுவன் வக்கீல். ஸமஸ்கிருதத்திலே ஒரு கொட்டேஷனைச் சொல்லித் தப்பிச்சுக்க முடியாது. ஆனா, போன வருஷம் நம்ம சொந்தத்திலே, மன்னிக்கணும், என் சொந்தத்திலே – இப்பொ அவாளெ சொந்தம்னு அப்பா சொல்லிக்கிறதில்லை; இருந்தாலும் – ஒரு பெண்ணை ஒரு நாயர் பையன் கொத்திண்டு போயுட்டான்னு காதிலே விழுந்ததும் ரத்தம் கொஞ்சம் கொதிக்கத்தான் செய்தது அப்பாவுக்கு. போன ரத்த அழுத்தம் திரும்பிடு மோன்னு பயமாக்கூட இருந்தது. இதுக்கெல்லாம் காரணம் என்னன்னு கேட்டா அவர் கம்யூனிஸ்டா இல்லாததுதான் என்கிறதான ரகசியத்தைத் தெரிஞ்சுக்கும்படியா ஒரு சந்தர்ப்பமும் இப்போத்தான் ஏற்பட்டது...”

“தெரியாமச் சொல்லிட்டேன்; வாபஸ் வாங்கிக்கறேன்.”

“மரியம்மை சொல்றா உயிரைக் கொடுத்தாவது ஒரு கை பார்க்கப் போறேன்னு. எனக்கு ரெண்டு கோட்டை விதைப்பாட்டை வித்தாவது அந்தப் பணத்தை அவ கையிலே திணிச்சு, விடாதே... பிடி... ஓட ஓட விரட்டுனு சொல்லணும் போல ஆசையா இருக்கு.”

“ஆமாம், மரியம்மை உங்களெப் பாத்துச் சொல்லாமலிருப்பாளா? வந்துட்டுப் போறதப் பாத்தேனே! இந்த ரெண்டு கண்ணாலையும் பார்த்தேன்.”

“இதுக்கு முன்னாலையும் சொல்லியிருக்கேன்; இப்பவும் சொல்றேன். பார்க்காதது எல்லாம் நடக்காததுன்னு நெனச்சுக்காதே. பார்க்கறதுதான் உண்மைனும் நெனச்சுக்காதே. நம்மால கொஞ்சம் போலதான் பார்க்க முடியும். மலையெப் பாத்தா மலைக்குப் பின்னாலே என்ன இருக்குன்னு தெரியாது நமக்கு. ஒரு எலுமிச்சம் பழத்தைக் கண் முன்னாலே நீட்டிப்பிட்டா மலையே மறைஞ்சு போயுடறது நமக்கு. இதுக்கு மேல கொஞ்சம் எட்டிப்போய்ச் சொல்றதுன்னு சொன்னா, ஒண்ணெப் பாத்தா, சரிதான், இது இப்படி இருக்கு. அதனாலே இது இப்படிப்பட்டது. அப்படீன்னு நெனச்சுக்காதே. இது இப்படி இருக்கிறதாக இப்பொ என் கண்ணுக்குத் தெரியறது; ஆனா எப்படிப்பட்டதோ அப்படீனு நெனச்சுக்கோ. கண்ணுக்குத் தெரியறதும் நிஜம்தான். ஆனா அது ஒரு நிஜம். அதுக்கு மேலே இன்னொண்ணு, அதுக்குமேலே இன்னொண்ணு, இப்படியே நிஜங்கள் வரிசையா வந்துண்டே இருக்கு. பாம்புதான் சட்டை உரிச்சுக்கும்னு நெனச்சுக்காதே. இந்த உலகத்திலே உயிர்களும் பொருள்களும் ஒண்ணு பாக்கியில்லாமப் பூராவும் சட்டை உரிச்சுண்டேதான் இருக்கும். பாக்கப் பாக்கச் சட்டைகள் கழன்றுபோறது தெரிஞ்சுண்டேதான் இருக்கும். இதுக்கு மேலேயும் கொஞ்சம் எட்டிப்போய்ச் சொல்லலாம்தான். ஆனா தாத்பரியம் உள்ளவளா, சொன்னாப் புரிஞ்சுக்கக் கொஞ்சம் மூளையும் உள்ளவளாப் பாத்துச் சொல்லூனு

பெரியவா சொல்லியிருக்கா. அதனாலே இதுக்கு மேல போக வேண்டாம்னு படறது..."

"எல்லோரும் உங்கள் மாதிரி மூளை உள்ளவளா இருந்துட்டா இந்த உலகம் தாங்கணுமே..."

"அதனாலே என்ன சொல்ல வந்தேன்னு சொன்னா, கண்ணாலே பாக்காட்டாலும், எப்பவுமே ரொம்ப விஷயங்கள் நடந்துண்டுதான் இருக்கு, நடந்துண்டுதான் இருக்கும்னு நெனச்சுக்கோ. மரியம்மையெப் பாத்துக் கொஞ்சம் பேசறியா? புரியாதது எல்லாம் புரிய ஆரம்பிக்கும்..."

"நீங்க சந்திச்சுப் பேசியாச்சில்லையா? அது போரும்..."

"சந்திச்சுண்டோம். ரொம்ப நேரம் பேசிண்டிருக்க முடியலை. பாரத தேசம். அதிலேயும் தென்கோடி. நானோ சநாதன ஹிந்துக் குடும்பத்து ஏக வித்து. கூடப்பிறந்த சகோதரி சின்ன வயசுக்காரியா இருந்தா வெளியிலே கூட்டிண்டு போகப்படாதுன்னு நெனக்கிற தேசம். பாக்கறவா பெண்டாட்டீன்னு நெனச்சுடுவாளாம். ஆணும் பெண்ணும் சாட்சிகள் இல்லாம சந்திச்சுக்க முடியாதபடி எப்படியோ ஒரு ஏற்பாட்டை நெடுகப் பின்னி வெச்சிருக்கா பெரியவா. முள் வேலிகளைக் குறுக்கும் மறுக்குமா வளைச்சு வளைச்சுக் கட்டித்தான் கற்புனு சொல்ற ஜ்வாலையெ அணையாமக் காப்பாத்த முடியும்னு தெரிஞ்சுண்டிருக்கா பெரியவா. புருஷன் செத்துப்போயுட்டா அவன் பெண்டாட்டியின் ஜ்வாலையெக் காப்பாத்தறதுக்கு அவளையே ஜ்வாலையிலே தள்ளிப்புடறது என்கிற சுலபமான வழியெக் கண்டுபிடிச்சிக் கையாண்ட தேசம். அதனாலே அதிகமா நின்னு பேச முடியலே. மேலும் அவள் காட்டுஜாதி. நாகரிகம் இல்லாதவள். நானோ பூலோக தேவன். இருந்தாலும் ரெண்டொரு வார்த்தை பேசினா. கேக்கவே கஷ்டமா இருக்கு. கைக் குழந்தையைப் பத்துக் கழுகுகளாகத் தூக்கிண்டு மலையுச்சிக்குக் கொண்டுபோய்க் கொத்திக் கொத்தித்தின்ன கதையா இருக்கு. ரொம்பக்

கேட்டுக்கவும் பயமா இருக்கு. அவ உடம்புக்குத்தான் வயசாயிருக்கே தவிர மனசு நம்ம மீனாக் குட்டி மாதிரிதான் இருக்கு. சினிமாவுக்குக் கூட்டிண்டு போக மாட்டேன்னு சொல்றீயே, அப்பொ தோசையாவது வார்த்துத் தானு சொல்லுதே மீனாக்குட்டி, அந்த தினுசாத்தான் இருக்கும். இறைச்சியும் மீனும் வயத்திலே வஞ்சகமில்லாம விழுந்ததிலேயும், நன்னாக் குனிஞ்சு நிமுந்து வேர்வை கொட்டினதிலேயும் உடம்பு மதமதனு வளர்ந்திருக்கே தவிர மனசு பத்து வயசுக்கு இந்தப்பக்கம் இன்னும் தாண்டி வரலே. அதனாலே பச்சை விஷயங்களையும் வெள்ளையா நெனச்சுண்டு பேசிடுவாளோன்னு பயமா இருக்கு. நீ அவளைச் சந்திச்சுப் பேசினா அது ரொம்ப அழகான காரியமாக இருக்கும். இருபத்தியோரு நாளும் இந்தத் தனி அறையிலே அடைச்சுக்கிடக்கிற காலத்திலே வந்துசேர்ந்த தாசீல்தார்களும், கம்மீஷனர்களும், ஏ.எஸ். பிக்களும், டி.எஸ்.பிக்களும், டாக்டர்களும் நாடியைத் தாங்கினாளா, இல்லை, யாரும் பாத்துண்டிருக்கலை யேன்னு பாதத்தைப் பலமாப் பிடிச்சுண்டு அழ ஆரம்பிச்சுட்டாளா, என்ன என்னப் பேசினா, எப்படி எப்படிப் பேசினா, படபடன காதல் வசனங்கள் பேசறத்தே யார் யாருக்குப் பல்செட்டு கழந்து விழுந்தது, பிராயச்சித்த மந்தரங்களை முன்னாடியே ஜெபிச்சுண்டவர் உண்டா அந்தக் கூட்டத்திலே, இவ்வளவு பேருக்கும் இடம் கொடுக்காம அந்த அபலையால் எப்படி சமாளிச்சு நிக்க முடிஞ்சது, இவ பல் கடிபட்டு யாராவது அழுதாளா, கடிச்சாலும் சுகமாகத்தான் இருக்குனு அதையே காதல் வசனமா மாத்திண்ட புத்திசாலித்தனத்தைப் பார்க்க முடிஞ்சுதா என்கிற தான விஷயங்களையெல்லாம், தாழ்ந்த குலத்திலே பிறந்தவளும், மாமிச பக்ஷிணியும், அடிக்கடி நகத்தைக் கடிப்பவளுமான அவளை தீக்ஷதர் குடும்பத்துக் குலவிளக்கும், வைதீக ரத்னாகர சுந்தர கனபாடிகளின் பௌத்திரியும், கர்மானுஷ்ட சம்மன்னரான மகாதேவ சாஸ்திரிகளின் சீமந்த புத்திரியுமான நீ, உன் கவுரவத்திற்கு ஹானியில்லைன்னு சொன்னாப் பார்த்துப் பேசி, நம்ம

பேசற கொச்சைக்கு அவ பேசற கொச்சை வித்தியாசமா இருக்கிறதேனு அவ்வளவாய்ப் பொருட்படுத்தாமல், விஷயத்தை மட்டும் நைஸா கிரகிச்சுண்டு வந்து, உன் பர்த்தாவான என்னிடமும் சொல்லக் கூடுமென்றால் அது எவ்வளவு உத்தமமான காரியமாக இருக்கும்! திருவுளம் எப்படியோ?"

"சப்ளாக்கட்டை உள்ளே இருக்கு. எடுத்துண்டு வரட்டுமா?"

"ரொம்ப தூரமில்லே. டாக்சி ஜட்கா வண்டி வேண்டாம். இதோ இந்தக் கொல்லைக் கருவேப்பிலை மரத்தடியிலே நின்னுண்டு மரியாக்கான்னு கூப்பிட்டா என்னான்னு கேட்டுண்டு வந்துட்டுப் போறா. இல்லை எட்டிப்பார்த்தாலும் போரும். மதமதனு அந்தக் குழந்தை நார்க்கட்டிலே படுத்துண்டு, தேடி வந்து கொஞ்சிப் பேசி அசடு வழிஞ்ச மூஞ்சிகளையெல்லாம் இப்பொ சாவதானமா நெனச்சுப் பாத்துண்டு, தனக்குத்தானே சிரிச்சுண்டிருக்கிற மதன மோஹன ரூப லாவண்யம் கண்களுக்குப் புலனாகும் ..."

என் மனைவி வெடுக்கென்று எழுந்திருந்து கொடியில் தொங்கிய துண்டை உருவித் தோளில் போட்டுக்கொண்டு ஸ்நான அறைக்குள் நுழைந்து கதவைச் சாத்திக்கொண்டாள்.

அன்று மாலை 'திருவிதாங்கூர் நேசன்' காரியாலயத்திற்குப் போனேன்.

"வேய்! வாரும். வழி தப்பிட்டாக்கும். நம்ம ஆபீசுக்கெல் லாம் வாறத்துக்குப் பயப்படுவேரே வேய்! துணிஞ்சு வந்து போட்டீரே! அப்பம் இன்னைக்கு மழை உண்டும்" என்றான் இசக்கி.

"ஒண்ணுமில்லே. உன்னைப் பார்க்கணும்னுதான் வந்தேன்."

"இரியும்" என்றான்.

உட்கார்ந்தேன்.

இசக்கி என் முகத்தையே பார்த்தான்.

"உன்னைப் பார்த்துப் பாராட்டணும்னுதான் வந்தேன்."

"பாக்குது சரி. பாராட்டு எதுக்கு?"

"என்ன அப்படிக் கேட்டுப்புட்டே? பாராட்டும் படியான காரியம் ஒண்ணும் செய்யலேன்னுதான் உன் எண்ணமா?"

"ஓ, மரியம்மை விஷயத்தைச் சொல்லுதேரா? அதுலே என்ன இருக்கு வேய் பாராட்டுதுக்கு! இதெல்லாம் பத்திரிகைக் காரனுக்குக் கடமைதானே."

"கடமைனு நீ சுலபமாச் சொன்னது சரி. ஆனா இது எத்தனைபேர் ஞாபகத்திலே இருக்கு?"

"சரி, நமக்குத் தோணுது; செய்வோம். அடுத்தவனைப் பத்தி நமக்கு என்ன?"

"உன் முன்னாலே நான் சொல்லக் கூடாது. சொல்லக் கஷ்டமாத்தான் இருக்கு எனக்கு. இருந்தாலும் சொல்றேன். ரொம்பத் துணிச்சலான காரியம் நீ செய்திருப்பது."

"நானும் பொறுத்துப் பொறுத்துத்தான் பார்த்தேன். எல்லாரும் ஒழுங்கா இருந்துடுவானுங்களா; கொஞ்சம் முன்பின்னா இருக்கும்; கண்ணை மூடிக்கிடுவோம்னுதான் இருந்தேன். லிமிட்டில்லாமக் கூத்தடிக்கதுக்கு ஆரம்பிச் சுட்டாங்க. வேற எங்கெங்கயோ புக் பண்ணிப் போற குட்டிகூட போலீசு புடிச்சா, பந்தடி கிளப்புக்குன்னு பொய்யெச் சொல்லித் தப்பிச்சிட்டுப் போகுதுக்கு ஆரம்பிச்சுட்டு வேய்! அங்கே போறதாகச் சொன்னா போலீசு பிடிக்க பயப்படுதான். டி.எஸ்.பி. க்குப் போகுதோ, ஏ.எஸ்.பி. க்குப் போகுதோனு நெனச்சுடுதான். இதெத் தெரிஞ்சு வச்சுக்கிட்டுக் குட்டிக எத்திட்டுப் போயிடுது. இருட்டினப் பெறவு அண்ணாடம் அங்கே போற குட்டிகளுக்கும் புட்டிகளுக்கும் கணக்குக் கிடையாது.

யாரைக் கேட்டாலும் நாக்கை ஒரு முழத்துக்கு நீட்டி விமர்சனம் பண்ணிப்போட்டுப் போயுடறானுங்க. மணி கெட்டுதுக்கு ஆளில்லே. பின்னெ நான் பார்த்தேன். வந்தது போல வரட்டும்னு சொல்லி எழுதிப் போட்டேன். அவனுகளுக்கு இப்பம் எங்கிட்டேதான் கன கோபம். மொட்டைக் கடுதாசி வந்தவண்ணமாட்டு இருக்கு. சூரியன் ஜார்ஜ் கொலையே பண்ணிப் போடணும்னு ப்ளான் போடுதானாம். அப்படி ஏதாவது ஏற்பட்டுப் போச்சுன்னா பத்து பேராட்டுச் சேர்ந்து நம்ம குளந்தை குட்டிக ஒப்பேறுதுக்கு ஒரு வழி பண்ணி வையிங்க, தெருவிலே விட்டுப் போடாதீங்க."

சிரித்துக்கொண்டே சொன்னாலும்கூட வெறும் ஹாஸ்யமாக மட்டும் கருதி இசக்கி அவ்வார்த்தைகளைச் சொல்ல வில்லை என்றுதான் எனக்குப் பட்டது.

"அப்படியெல்லாம் முடியுமா? என்ன இது, கத்தரிக்காய் வெண்டைக்காய் வெட்டுகிற விஷயமா?"

"அவனுகளுக்கு இது புதுசு இல்லை வேய்! உம்ம மாதிரி நெனச்சுக்கிட்டு இருக்கேரா எல்லோரையும். பின்னென்ன, போலீசுலேருந்து பலத்த பாதுகாப்பு தந்துகிட்டு இருக்காங்க. விசாரணை கமிட்டி முன்னுக்கும் வாக்குமூலத்திலே சொல்லியிருக்கேன். முடிஞ்சா இன்னும் ரெண்டு நாளிலே திருவனந்தபுரத்துக்குப் போயி திவான்ஜியையும் ஒண்ணு பார்த்துப்போட்டு வரணும்."

"ஏது விசாரணை கமிட்டி?"

"நேசன் விஷயத்தை ரிப்போர்ட் பண்ணினதும் திருவனந்தபுரத்தில் பெரும் பரபரப்பு உண்டாயிட்டு வேய். மலையாள பேப்பர் எல்லாம் நான் போடற நியூசெ கவர் பண்ணதுக்கு ஆரம்பிச்சுட்டாங்க. நம்ம எடிட்டோரியல்லேருந்து பிட்ஸ் எடுத்துப்போடுதான். நிருபர்கள் கூட்டத்திலே திவான்ஜிகிட்டே சரமாரியா கேள்வி கேட்டிருக்கானுங்க. சரி, விஷயம் பெரிசாகும்னு தோணுது. வளரவிட வேண்டாம்னு திவான்ஜி ஒரு

விசாரணை கமிட்டியெ நியமிச்சுப்போட்டாரு. நான் கமிட்டி முன்னுக்கு வாக்குமூலம் கொடுத்திரப்படாதுன்னு சொல்லி குரியன் ஜார்ஜு கூட்டாளிக என்னென்னவோ செய்து பார்த்தாங்க. எனக்குப் போலீசு வான் வந்து அதிலே போய்க் குடுத்துப்போட்டு வந்தேன். நம்ம வாக்குமூலம் மட்டும் நாப்பது பக்கம் குறிப்பெடுத் திருக்கிறதாகச் சொன்னாங்க."

"எதுக்கும் கொஞ்சம் கவனமா இரு. அகால வேளை களிலே சுத்த வேண்டாம்."

"என்னத்தை வேய் கவனிக்கச் சொல்லுதேரு. பொதுஜன சேவைனு சொன்னா இந்தக் கதைதாலா! இருந்தாலும் பயங்கரப் பரபரப்பு உண்டாயிற்று. நேத்து அந்தப் பொண்ணு கோர்ட்டுக்கு வாறயிலே கூட்டம்னு சொன்னா சுசீந்திரம் ஏழாம் திருவிழா மாதிரி இருக்கு வேய்! பாதி பயக்க நேத்து காலேஜுக்குப் போகலை. இப்பம் டாக்சியெ வெச்சுல்லா அவளெக் கூட்டிக்கிட்டு வரவேண்டியிருக்கு. நடந்து வந்துக்கிட முடியாது. அவ திருதிருன்னு முழிக்கா. ஞானமணி வக்கீலையும் சும்மா சொல்லப்படாது. அந்தரங்கமா உழைக்கான் மனுசன். இந்த மாதிரி எந்தக் கேஸையாவது அவருக்கு ஆயுசிலே படிச்சுப் பாத்திருப்பாரானு கேட்டா டவுட்டுதான். வைராக்கியம் வந்துட்டு. இல்லைன்னு சொன்னா ஒரு நாள் கோர்ட்டுக்கு வாறதுக்கு ஐநூறு ரூபா வாங்கறவரு பீஸு இல்லாம, அவளுக்கும் தன் கையிலேயிருந்து செலவு செய்துகிட்டுக் கேஸை நடத்துவாரா? அவருக்குப் படத்தெ வெச்சுக் கும்படணும். போலீசு கேஸை அமுக்கிப் போட்டானுவ, வாய்க்கரிசி போட்டு. இப்பம் இதுக்கு பலம்தான் பாக்கணும். கேசு செயிச்சுப்போட்டா பூரா ரூபாயும் எடுத்துக்கிடுங்க. எனக்கு மானம் ஜெயிச்சுருமில்லா, உங்க புண்ணியத்திலே. அது போதும் அப்டீனு சொல்லுது அந்தப் பொண்ணு வக்கீலுக்கிட்ட. ரூபாய அவரு எடுத்துக்கிடவா செய்வாரு? அந்தப் பொண்ணுக்கு மனசைப் பாருங்களேன்!"

“இந்த விஷயம் சம்பந்தமா நான் ஏதாவது ஒத்துழைக்க முடியுமா? ஒரு சின்னக் காரியமாவது நாம் செய்தோம்னு இருக்கணும்கிற ஆசை...”

“உம்மக் கொண்டு என்ன எளவுக்கு கழியும் வேய்! புத்தகப் பூச்சிகளைக் கொண்டு உலகத்துக்குப் பிரயோசனம் ஏற்பட்டதாட்டுச் சரித்திரமே கிடையாதே.” இசக்கி எழுந்து வந்து என் முன்னால் நின்று இரு கைகளையும் என் தோள்பட்டைமீது வைத்துக்கொண்டு, “நீரெல்லாம் வந்து உற்சாகப்படுத்திப் போட்டுப் போறதே போருமே. யானை பலம் வந்தால இருக்கே!” என்றான்.

இசக்கியிடம் விடைபெற்றுக்கொண்டு வெளியே வந்தேன்.

மறுநாள் சாயங்காலம் என் அறையில் ஏதோ ஒரு புத்தகத்தைப் படித்துக்கொண்டிருந்தேன்.

மனைவி உள்ளே வந்தாள். என் எதிரே நாற்காலியில் அமர்ந்தாள்.

அவள் வந்த தினுசும் உடலசைவும் கொஞ்சம் கனமான விஷயத்தோடுதான் வந்திருக்கிறாள் என்ற எண்ணத்தை எனக்கு ஏற்படுத்திற்று.

பேச்சை அவளே ஆரம்பிக்கட்டும் என்ற எண்ணத்தில் அவள் முகத்தை ஏறிட்டுப் பாராமல் புத்தகத்திலேயே பார்வையை ஓட்டிக்கொண்டிருந்தேன்.

அவளிடமிருந்து ஒரு பொய் இருமல் வெளிப்பட்டது. அவ்வளவாக அதை நான் பொருட்படுத்தவில்லை.

“பூணூல்லே ஜேப்புக் கடிகாரத்தை மாட்டிண்டு அதை வேஷ்டி மடியிலே கட்டிக்கொண்டிருக்கிற ஒரு ஆசாமியை உங்களுக்குத் தெரியுமோ?”

“சட்டை போட்டுண்டிருப்பாரா?”

“ஊஹும்.”

“நல்ல உசரமா?”

“ம்.”

‘ப்ளக் உண்டா?”

“உண்டு, சின்னக் குடுமி.”

“மாங்கா பரணி மூடி மாதிரி இருக்குமா?”

“அப்படீனு வெச்சுக்கோங்களேன்.”

“தெரியும்.”

“ஆள் எப்படி?”

“வேத வித்து.”

“வேத வித்தா?”

“வேதம், உபநிஷதம், கீதை எல்லாம் கரதலபாடம். பெரிய வாக்மி.”

“வாக்மீன்னா?”

“பிரசங்கி. சொற்பொழிவாளர். ஆரட்டர்.”

“போரும், போரும்.”

“என்ன விஷயம்?”

“இல்லே, கேட்டேன்.”

“சரிதான்.”

நான் புத்தகத்தில் பார்வையைத் திருப்பினேன்.

“என்ன படிக்கறேள்?”

“நாவல்.”

“தேவலையா?”

“எங்கே போனாலும் மரியம்மை வந்துடறா. கதை ஆரம்பமாகி அஞ்சு பக்கம்தான் ஆயிருக்கு. அதுக்குள்ளே மரியம்மை வந்தாச்சு. இவ ஜெர்மன் தேசத்து மரியம்மை.”

“மரியம்மையை மறக்கமாட்டேள் போலிருக்கே!”

“முடியலையே. ஆயிரம் பக்கத்திலே அவ சரித்திரத்தையே படிக்கணும்னுன்னா தோணறது.”

"ஏன்?"

"அந்த சரித்திரமே பல சரித்திரங்களைச் சொல்லிடும்னு படறது."

"என்னன்ன தெரிஞ்சுக்கணுமோ கேளுங்கோ, சொல்றேன்."

"அடுக்களை வேலை ஒண்ணுமில்லையா? பத்துப் பொய் சொல்ற நேரத்திலே உபயோகமா ஏதாவது செய்யலாமே."

"ஏன் தெரிஞ்சுண்டிருக்க முடியாதா?"

"உன் கிளாஸ் மேட்டா அவள்? ரெண்டு பேரும் ஒண்ணாப் படிச்சேளா மெடிக்கல் காலேஜுலே?"

"இதெல்லாம் எதுக்கு? கேளுங்கோ சொல்றேன்."

"இதென்ன அசட்டுத்தனமான பேச்சு. அவ யாரோ நீ யாரோ? அவ எங்கேயோ இருக்கா, நீ எங்கேயோ இருக்கே. உனக்கு அவ கதையெல்லாம் தெரியுமாம். நான் அதை நம்பணுமாம். இன்னிக்கு இந்த நாவலைப் படிச்சு முடிச்சுடலாம்னு பார்க்கறேன். உனக்கு ஆக்ஷேபனையுண்டோ?"

"இருக்கட்டும். ரொம்ப மேல போயுடாதேங்கோ. கொஞ்சம் மிச்சம் வச்சுக்க வேண்டாமா நாளைக்கும். நான் பார்த்தேன் அவளெ."

"நிஜம்மாவா? பாத்தயா?"

"நீங்க பாத்தாப்ல நானும் பார்த்தேன். ஒரு பொம்பளைட்டே பேசுதுக்கு என்னா பயம் பயப்படறாரு உங்க புருஷன் அப்டீனு கேட்டா. துப்பறியும் நாவல் படிச்சுப் படிச்சு எதைக் கண்டாலும் பயப்படறார் இப்போ. முன்னாலே தைரியசாலியா இருந்தார்னுதான் அவ அம்மா இப்பவும் சொல்லிண்டிருக்கான்னு சொன்னேன்."

"ஆஹா, என்ன அழகான அறிமுகம்! எங்கே பார்த்தாய் அவளை? எப்படிப் பாக்க முடிஞ்சுது?"

“லேசுலே கீழே இறங்கி வரமாட்டேள் போலிருக்கே. நீங்க எந்த இடத்திலே பார்த்தேளோ அந்த இடத்திலேதான். மூணுநாளா தினம் பாத்துண்டிருக்கேன், சாயங்காலம். முகத்துக்கு முகம் தெரியற வரையும் நின்னு பேசிண்டிருக்கோம். கதை கதையாச் சொல்றா.”

“எப்படிப் பார்க்க முடிஞ்சது? கருவேப்பிலை மரத்தடியிலே நின்னுண்டு ரொம்ப நேரம் ‘மரியம்மே, மரியம்மே’னு கூப்பிட்டயோ? தொண்டை கட்டறதுக்குள்ளே வந்தாளா அவள்?”

“நான் எதுக்குக் கத்தறேன்? கன்னுக்குட்டியெப் பிடிச்சுக் கட்டப் போனேன். என் தலையெப் பாத்துட்டு அவதான் நார் கட்டில் மேலே ஏறி நின்னுண்டு, அம்மா, அம்மானு கூப்பிட்டா. போனேன். பேசிண்டிருக்கறத்தே ரொம்ப அந்தரங்கமா ஒரு இடம் வந்ததும், அண்ணன் நிக்கா? அப்டீனு கேட்டா. எனக்குப் புரியலை. முழிச்சேன். இல்லே, அண்ணன் பின்னால நிக்கா? கேட்டா கொறச்சிலுல்லா அப்டீனு சொன்னா. அப்புறம்தான் நீங்கதான் அண்ணன் என்கிறது தெரிஞ்சுது.”

“உறவு ரொம்ப நெருங்கியாச்சே!”

“நான் அண்ணி.”

“பேஷ்! ஆனா எனக்குப் பயமா இருக்கு.”

“அதுதான் எப்பவுமே இருக்கே. இப்போ எதுக்கு?”

“மாட்டிண்டுடுவோமோன்னு.”

“எதுலே?”

“இதுலே ஏதாவது ...”

“சீச்சீ! அதெல்லாம் ஒண்ணுமில்லே. அவ மகா சாது. நீங்க வெறும் குழந்தைன்னு சொன்னேளே, அது ரொம்ப சரி.”

“அப்படியேதான் தோணறதா உனக்கும்?”

“ஆமாம். ஆம்புளையெவிட ஒரு பொம்பளையாலே இன்னொரு பொம்புளெயே ரொம்ப சுலபமா நிதானிச்சுட முடியும். உங்களுக்குத் தோணினது முக்கியமில்லே, நீங்க எல்லாரையுமே ஆஹா ஓஹோனு தூக்கிச் சொல்ற ஜாதி. யாரையுமே சட்ன நம்பிடறது உங்க சுபாவம். உடனே ரொம்ப மோசம்னு நெனச்சுக்க வேண்டாம். தாருக்கும் பாலுக்கும் உங்களுக்கு வித்தியாசம் தெரியும். பாலையும் பவுடர் பாலையும் ஒண்ணா நெனச்சுப்பேள், ரெண்டுமே வெளுப்பா இருக்கிறதனாலே ...”

“போடு சக்கே! பொன்னம்மைக்கு அவ புருஷனைப் பத்தி என்ன அபிப்பிராயமோ அதே அபிப்பிராயம்தான் உனக்கும் என்னைப் பத்தி என்கிறது தெரியறது ...”

“அவ சொல்லிக்கிற மாதிரி நான் சொல்லிக்கலாமா? கேக்க நன்னாருக்குமா?”

“அப்பொ அசடுன்னே நெனக்கறயா என்னை?”

“அசடுகளிலேயே மூணு தினுசு இருக்கு.”

“மூணு தினுசா?”

இடது கை விரல்களை மடக்குவதற்கு வசதியாய் விரித்து முன்னால் நீட்டிக்கொண்டாள்.

“ஆமாம். முதல் ரகம் அசடு; ஆனா இதுக்கு தான் அசடூனு தெரிஞ்சுருக்கும். ரெண்டாவது அசடு; ஆனா இதுக்குத் தன்னைப் பத்தி எதுவுமே தெரியாது. மூணாவது; அவாள மாதிரியே இதுவும் அசடுதான். ஆனா இதுட்டே ஒரு விசேஷ அம்சம் என்னன்னு சொன்னா இது தன்னை மகா புத்திசாலீனு நெனச்சுக்கும். இப்படி மூணு தினுசு.”

“கல்யாணம் ஆனதுக்குப் பின்னாலே கொஞ்சம் வக்கணையா பேசத் தெரிஞ்சுண்டிருக்காய் நீ. கொஞ்சம் புத்திசாலித்தனம்கூட வந்துவிட்ட மாதிரி தோணறது. நல்ல சகவாசத்தைத் தேடு, நல்ல சகவாசத்தைத் தேடுன்னு பெரியவா அடிச்சுக்கறதுதான். மத்தது எப்படியிருந்தாலும்

சரிதான். மரியம்மை விஷயத்திலே நான் சொன்னது சரிதான்னு சொல்றியே அந்த மட்டும் சந்தோஷம்தான்."

"நூத்துக்கு நூறு சரி. மகா சாது. கேட்டேளா? அவ சொன்ன விஷயங்கள் எல்லாம் மனசெ விட்டு அகல மாட்டேங்கறது. நடுராத்திரி அசப்பிலே முழிக்கிறத்தே பளிச்னு அவ சொன்ன ஒரு வார்த்தை நினைவுக்கு வந்துட்டா, அப்புறம் அப்படியே கண் முன்னாலே அவ ரெண்டு கையையும் ஆட்டி முகத்தைச் சுளித்துப் பேசற மாதிரியும் அந்தச் சத்தம் எனக்குள்ளே எங்கிருந்தோ புறப்பட்டு என் காதிலே மட்டும் விழற மாதிரியும் பிரமை தட்டறது. அப்புறம் சரியாத் தூங்கவே முடியறதில்லை... இந்தப் பெண் ஜென்மம்னு ஒரு ஜென்மத்தை பகவான் படச்சிருக்காரே, அதுக்கு என்ன அர்த்தம்? இந்த ஜென்மங்கள் உலகத்திலே பிறந்து என்ன சுகத்தைக் கண்டுடுத்துகள்? இவா படற கஷ்டங்களுக்கும் சங்கடங்களுக்கும் விமோசனமே கிடையாதா?"

"எதுக்கு இப்போ? விஷயத்தைச் சொல்லேன்."

"இல்லே, ராமாயணத்திலே சீதை பட்ட கஷ்டங்களையும் பாரதத்திலே பாஞ்சாலி பட்ட கஷ்டங்களையும் வாய்க்கு வாய் சொல்லிக் கண்ணீர் வடிச்சுண்டே இந்த ஆம்புளைகள் ஸ்திரீ ஜென்மங்களை இன்னும் எத்தனை யுகங்களுக்கு மிதிச்சுண்டிருக்கலாம்னு நெனச்சுண்டிருக்கா..."

"விஷயத்தைச் சொல்லேன்."

"ரொம்பக் கஷ்டம் அவ கதை."

"அப்படியா?"

"கேட்டுண்டு நிக்க சகிக்கலை. ஏன் இப்படி ஈவு இரக்கமில்லாதவளா இருக்கா இந்த ஆம்புளைகள்! ஒரு பொண்ணுக்குப் பிரியமில்லைன்னு சொன்னா விட்டுட வேண்டியது தானே... துப்பாக்கியெக் காட்டியே பயமுறுத்தறதா? துப்பாக்கியைக் காட்டியே..."

“என்ன நகத்தையே பாத்துண்டிருக்கே! விஷயத்தைச் சொல்லேன்.”

“அவளுக்குக் குளி தப்பியாச்சாம்.”

“அப்படியா?”

“பின்னென்ன? வேற என்ன செய்யச் சொல்றேள்? இதைவிட செத்துப் போயிருக்கலாமேனு சொல்லுவேள். செத்துப்போக அவளுக்கு இஷ்டமில்லை. அப்புறம்? என்ன செய்யணும்னு சொல்லுங்கோ.”

“கடைசி வரையிலும் எதிர்த்து நின்னு சமாளிச்சுப்புட்ட மாதிரித்தானே எங்கிட்டே சொன்னா.”

“நீங்க ஆம்புளை. வேற என்னதான் சொல்ல அவள்? ஒன்பது மாசம் கழிஞ்சா குரியன் ஜார்ஜு அவ கையில இருக்கும்.”

“இன்னும் யார் யாரல்லாமோ வந்தாளாமே.”

“நல்லவேளை. அவா கையிலே எல்லாம் துப்பாக்கியில்லை. கடிகாரத்தைப் பூணூல்லே கட்டித் தொங்க விட்டுக்கறவர் துப்பாக்கிக்கு எங்கே போவர்? அந்த மட்டும் க்ஷேமம்.”

“ஏமாந்துட்டாளே! சீ, என்ன சங்கடமான விஷயம்.”

“அவ என்ன செய்யமுடியும்? கழுகு குருவியெத் தூக்கிண்டு போயுட்டா குருவி கழுகைக் கொத்தி விரட்டறதுக்கு என்னான்னு கேட்டா என்ன பதில் சொல்ல முடியும்?”

“அந்த மாதிரி நான் நெனக்கலை. கடைசியிலே இவ மானம் தெருவுக்கு வந்திடுத்தேன்னுதான் நான் நினைக்கிறேன்.”

“அவா மானமும் தெருவுக்கு வந்தாச்சு. இன்னும் அவா என்ன என்ன படப்போறாங்கறது போகப்

போகத் தெரியும். கடவுள் இவ பக்கத்திலேதான் இருக்கார். ரொம்பப் பெரிய வக்கீலாமே இவ கேஸை எடுத்துண்டிருக்கிறது."

"ஆமாம். ரொம்பப் பெரிய வக்கீல்."

"பார்த்தேளா? இனிமே ஒவ்வொண்ணும் அவளுக்கு அனுகூலமாகத்தான் நடக்கும். நாம ஏதாவது அவளுக்குக் கொடுக்கணும். நான் ஒரு ஸாரி குடுக்கப் போறேன். உங்க கையிலே பணம் இருக்குமோ? ஏதாவது கொடுக்கலாம். நாம வேற என்ன செய்ய முடியும்? எனக்கு என்னென்னவோ செய்யணும்னு தோணறது. என்ன செய்யணும்னு தெரியவுமில்லை. இங்கேயே கூப்பிட்டு வெச்சுக்கலாம்னுகூட நினைக்க ஆரம்பிச்சுடறேன். நடக்காத விஷயங்களைப் பேசி எதற்கு? எதுக்கு உலகத்திலே இந்த மாதிரி ஜென்மங்களுக்கு ஒரு உபகாரமும் இல்லாம இருக்கோம்னுகூட வெறுப்பா இருக்கு."

"கொடுப்போம். ஆமாம், இவ எப்படி அங்கே போய் அகப்பட்டுண்டாளாம்?"

"ஒரு வீட்டுலே வேலை பார்த்துண்டு நின்னிருக்கா. அவா சிலோனுக்குப் போயுட்டா. அப்போ ஒருத்தன்... அவன் பேர் சொன்னாளே..."

"குஞ்சுபிள்ளையா?"

"ஆமாம். குஞ்சுபிள்ளைதான்."

"அவன் யாரு?"

"அவன் யாருன்னு அவ சொல்லலே. அவ சொல்றதிலேருந்து குரியன் ஜார்ஜுக்குக் கூஜான்னு தோணறது."

"சரி."

"அவன் வந்து இவளெக் கூப்பிட்டிருக்கான். இந்த மாதிரி குரியன் ஜார்ஜுனு ஒருத்தர் இருக்கார். பெரிய பணக்காரர். பெண்டாட்டி இருக்கா. ஒன்பது குழந்தைகள் இருக்கு. அவா வீட்டுக்கு ஒரு ஆள் தேவை. ரொம்ப வேலையில்லை. மடவேலை செய்யறதுக்கெல்லாம் வேற

ஆள் இருக்கு. குழந்தைகளை கான்வெண்டுக்குக் காரிலே கூட்டிண்டு போகணும். சாயங்காலம் அம்மா ஷாப்பிங் கிளம்பினா கூடப்போணம். தினமும் காலையிலே ஜீப்லே போய் மீன் வாங்கிண்டு வரணும். குழந்தைகளை சாயங்காலம் கார்டனிலே விளையாட்டுக் காட்டணும். முப்பது ரூபா தருவர், சாப்பாடு போக. வருஷத்துக்கு ஆறு ஸாரியும் ஆறு ஜம்பரும் தருவர்னு சொல்லிக் கூப்பிட்டிருக்கான். சரீனு இவ போயிருக்கா. இவன் என்ன செய்திருக்கான், இவளெ அழைச்சுண்டு பந்தடி கிளப்புக்கே போயிருக்கான். இந்த இடம் வீடு மாதிரியில்லையே. பந்தாடற இடம் மாதிரியின்னா இருக்குன்னு இவ கேட்டிருக்கா. அதுக்கு அவன், இது முன் பக்கம், பின்னாலே பங்களா இருக்குன்னு சொல்லிக் கூட்டிண்டு போயிருக்கான். அவ உள்ளே நுழைஞ்சதும், அவனும் பின்னாலே வந்துண்டு படீர்ன கதவெச் சாத்திப்புட்டான். பின்பக்கம் ஓடியிருக்கா. அந்தக் கதவு ஏற்கனவே சாத்தியிருக்கு. அகப் பட்டுண்டா. அப்புறம் பயமுறுத்தியிருக்கான். விஷயத்தை விட்டுச் சொல்லி யிருக்கான். என்ன என்ன சாகச மெல்லாமோ செய்து பார்த்திருக்கா, பாவம்! ஒண்ணும் பிரயோஜனப் படலே ...”

“எப்படித் தப்பிச்சுண்டாளாம் அங்கிருந்து?”

“அவ ஒண்ணும் தப்பிச்சுக்கலே. ஒரு நா ராத்திரி ஐ. ஜி. யாமே, அவர் திடும்ன திருவனந்தபுரத்திலிருந்து இங்கே வந்தாராம். யாரோ ஒரு கம்யூனிஸ்டு ஆசாரிப்பள்ளம் ஆஸ்பத்திரியிலே சிகிச்சைக்குக் கொண்டுவந்தவர், தப்பிச்சுண்டு ஓடிட்டாராம். அதைப்பற்றி விசாரணை செய்ய வந்தவர், வற வழியிலே பந்தடி கிளப்லே எதுக்காக ராத்திரி ரெண்டு மணிக்கு விளக்கு எரியணும்னு சந்தேகப் பட்டுக் கதவைத் தட்டியிருக்கார். போலீஸ் ஆபீசர்னு தெரிஞ்சதும் குரியன் ஜார்ஜ் பின்பக்கம் வழியாக காரையெடுத்துக்காமலே ஓடிப் போயுட்டானாம். ஆபீசர் இவளைக் கைதுசெய்து இந்த ஊர் ஸ்டேஷனுக்கு அனுப்பியிருக்கார் ... அப்புறம் இந்தப் பெரிய வக்கீல்

வந்து இவளை ஜாமீனிலே கூட்டிண்டு போயிருக்கார். ஒரு நா அவர் வீட்டிலேயே இருந்திருக்கா. அப்புறம் அவர் தான் பொன்னம்மை கிட்டே – இவளுக்கு அவர்தானாமே வக்கீல் ரொம்ப வருஷமா – கொண்டுவந்து விட்டு கேஸு நடக்கிற காலம் பூராவும் இவளெப் பார்த்துக் கோன்னு சொல்லியிருக்கார். பணமும் கொடுத்திருக்கார். சரீனு வச்சுண்டிருக்கா ...”

“ரொம்ப கஷ்டப்பட்டாளா அங்கே?”

“கொஞ்சம் கஷ்டமா? தினசரி ராத்திரி பன்னிரண்டு மணிக்கு வருவானாம் குரியன் ஜார்ஜு. குடிச்சுட்டு வந்து அடிப்பானாம். உதைப்பானாம். ஆசை வார்த்தை யெல்லாம் பேசுவனாம். அப்புறம் ஒவ்வொருநாளும் புதுசுபுதுசா ஆட்கள் வந்துண்டே இருந்தாளாம். யார் யார்னு அவளுக்குத் தெரியாது. ஆனா பெரிய பெரிய மனுஷாளும் படிச்ச மனுஷாளும்தான்னு சொல்றா. நான் யாரைப் பாத்துருக்கேன்? இருந்தாலும் எனக்குத் தெரிஞ்சுருக்கிறதிலே அவாளோ இவாளோனு சந்தேகம் வந்துடறது. நம்மாத்து வாசலோட தினமும் ஒரு வக்கீல் போவார் கவனிச்சிருக்கேளா? நடை மிலிட்டரி மார்ச் தினுசா இருக்கும். இரும்பால அடிச்ச கழுத்து – திருகாணி போட்டு ஃபிட் பண்ணினாப்பில...”

“ஓ, அவரா? தெரிஞ்சுது, தெரிஞ்சுது...”

“அவருக்குப் பொருந்தும்படியா அடையாளம் சொல்றா. கடவுளுக்குத்தான் வெளிச்சம். ரொம்ப ஆச்சரியமான விஷயம் என்ன தெரியுமா? அவ சொல்றா. அம்மா, மொத நா கோர்ட்டுக்குக் கூட்டிக்கிட்டுப் போனாங்க. எனக்கானா நெஞ்சு படபடன அடிக்கு. பேரு சொல்லிக் கூப்பிட்டாங்க. வக்கீலு ஸாரு கூண்டிலே ஏறி நில்லூனு சொல்லிப்போட்டாரு. போதம் கெட்டு விழுந்து போடுவேனோனு நெனச்சேன். உள்ளுக்கு ஏறி நின்னதும் கண்ணு இருட்டிற்று. வக்கீலு என்னமோ கேக்காரு. அவரு கேக்கால இருக்கே தவிர என்ன கேக்காருன்னே வெளங்கமாட்டேங்கு. பயப்படாதே அம்மா, நிதானமா

பதில் சொல்லு அப்டீனு ஒரு குரல் கேட்டு எதிர்த்தால பார்த்தேன். மேடையிலே பெரிய மேசைக்குப் பின்னாலே ஒரு ஆளு கண்ணாடியெப் போட்டுக்கிட்டு உக்காந்திருக்கு. எங்க வக்கீலு ஸாரு அவருக்கு முன்னுக்குப் பள்ளத்திலே நின்னுக்கிட்டு இருக்காரு. அந்த ஆள எங்கேயோ கண்டால இருந்து எனக்கு. ரோசிச்சு ரோசிச்சுப் பார்த்தேன். இங்கிலீஷுப் பாட்டுப் பாடினாருனு சொன்னேம்லா அந்த ஆளுதான் அம்மா அவரு. ராத்திரி வக்கீலுட்டே விஷயத்தைச் சொன்னேன். இந்தா பாரு, எங்கிட்டேச் சொன்னது போட்டும். வெளியிலே சிமிட்டிரப்படாது. அவருதான் நியாயம் எழுத வேண்டிய ஆளு அப்படீன்னாரு. பொசுக்குன வாயைப் பொத்திக்கிட்டேன். அப்புறம் இண்ணு வரையிலும் யாருகிட்டேயும் சொல்லலே அம்மா. உங்க மொகத்தப் பாத்தா எனக்கு ஒண்ணும் மறைச்சு வைக்குதுக்குத் தோணமாட்டேங்குது அப்டீன சொல்றா மரியம்மை."

மனசுக்குள் விஷயத்தின் பரபரப்பு அடங்கவே சில நிமிடங்கள் ஆயின. பின்னால் விஷயம் முழுமையாக மனசில் உருவானபோது பேசவே முடியவில்லை.

"நீங்க என்ன நெனக்கறேள்? இந்த மாதிரி விஷயங்கள் எல்லாம் என்னிக்கும் உலகத்திலே நடந்துண்டுதான் இருக்குமா? இல்லை ஒரு நா உலகம் இதையெல்லாம் தாண்டி மேலே போயுடுமா?"

"எனக்கு ஒண்ணும் சொல்லத் தெரியலை. நாம இவ்வளவு பேச்சுப் பேசியும், வண்டி வண்டியா தர்மங்களை உண்டு பண்ணியும், பாபம் புண்ணியம்னு காலங்காலமாகக் கத்தியும் இந்த நிலைமையிலே தான் இன்னும் இருந்துண்டிருக்கோமானு தான் நானும் யோசிச்சுண்டிருக்கேன்."

"இவாள்ளாம் இதுக்கெல்லாம் சேத்து வட்டியும் முதலுமா அனுபவிப்பா என்கிறதிலே எனக்குக் கொஞ்ச மும் சந்தேகமில்லை. இவா ஒருத்தருக்கும் நல்ல சாவு கிடைக்கப்போற தில்லே."

“அனுபவத்திலே நேர்மாறாக்கூட இருக்கு. இந்த மாதிரி ஆட்கள் எல்லாம் மாரடைப்பிலே ஆனந்தமாச் செத்துப்போறா. ரிஷி மாதிரி வாழ்ந்த ஆட்கள் எல்லாம் புற்று, கட்டி, பெரு நோய் எல்லாம் வந்து அழுகிச் சொட்டி உயிர்போக மாட்டாம அவஸ்தைப் படறா. ஒன்னும் நிச்சயமா சொல்ல முடியலே. ஒரே குழப்பமா இருக்கு.”

“விளக்கேத்தணம்.” அவள் நாற்காலியை விட்டு எழுந்தாள். “பணத்தே இந்த டிராயரிலே வைச்சுடறேளா? நாளைக்குச் சாயங்காலம் கொடுத்துடறேன்.”

அவள் உள்ளே சென்றாள்.

நான் நாவலைப் படிக்க முடியுமா என்ற பரீட்சையில் முனைந்தேன்.

வெளியில் காலாறச் சுற்றிவிட்டுச் சோர்வுடன் வீட்டுக்குள் நுழைந்தேன். முன்வாசலைத் தாண்டுகிற கணத்தில் தெரு விளக்குகள் எரிந்தன. வீடு நிர்மானுஷ்யமாய் இருந்தது. திண்ணை விளக்குக்கூடப் போட்டிருக்கவில்லை. குழந்தைகளைக் காணோம். விளக்கைப் போட்டுவிட்டுப் பின்கட்டுக்குச் சென்றேன். மனைவியையும் காணோம். பின்திண்ணையில் துளசிமாடத்துக்கு முன்னால் நின்றபோது, கொல்லையில் வைக்கோல் போருக்குப் பின்னாலிருந்து சத்தங்கள் கேட்டன. மரியம்மையின் குரல், மனைவியின் பேச்சு, குழந்தைகளின் கூப்பாடு எல்லாம் கலந்து வந்து காதில் விழுந்தது. அவர்களுக்குத் தெரியாமல் பார்த்துவிட்டுப் போய்விட எண்ணி ஓசையெழுப்பாமல் சென்று வைக்கோல் போரின் ஓரத்தில் நின்று பார்த்தேன்.

சுவரையொட்டிக் கவிழ்ந்து கிடந்த குரோட்டன்ஸ் சட்டிமேல் ஏறி நின்றுகொண்டிருந்தாள் மனைவி. காக்காய்கள் மாதிரி குழந்தைகள் சுவரில் உட்கார்ந்து கொண்டிருந்தன. மீனாக் குட்டியை மட்டும் மனைவி

இடது கையால் சேர்த்து அணைத்துக்கொண்டிருந்தாள். மரியம்மையின் முகம் எனக்குத் தெரியவில்லை.

ஓரடி முன்னால் வைத்தேன். ஆச்சரியமாக இருந்தது. மரியம்மையா இது! என்ன அலங்காரம்! அழகான ஸாரி. புதுசு. வழக்கம் போல் தலையைக் கொண்டை போடாமல் நேர்த்தியாய்ப் பின்னி விட்டுக்கொண்டிருக்கிறாள். இரண்டு கையிலும் வளையல்கள். வெகு சிரத்தையுடன் செய்துகொள்ளப்பட்ட அலங்காரம்தான்.

நடுவில் புதுசாய்ச் சென்று சேர்ந்துகொள்வதில் எனக்குள்ள இயற்கையான தயக்கம் காரணமாகத்தான் வீட்டுக்குள் வந்தேன். மரியம்மையின் பேச்சைக் கேட்க வேண்டுமென்ற ஆசை உள்ளூர இருந்தது.

கொல்லைத் திண்ணையில் முன்வாசல் வரையிலும் பார்வைக்குள் விழும் இடத்தில் உட்கார்ந்துகொண்டேன். தனிமையாக இருந்தது. மனைவியை – அவள் அங்கு நின்றிருப்பதை அறியாத பாவத்தில் – கூப்பிடுவோமா என்றும் தோன்றிற்று.

மனைவி வேகமாக வந்தாள்.

“மரியம்மை இங்கிருந்து போறாளாம்.”

“ஏன் ?”

“சண்டை, அவளுக்கும் பொன்னம்மைக்கும். நீங்க இருந்தா கூப்படணும்னு சொன்னா. சொல்லிக்கணுமாம். நான் போய் கவரையும் ஸாரியையும் எடுத்துக்கொண்டு வருகிறேன்” என்று சொன்னவாறே உள்ளே சென்றவள், மீண்டும் என் முன்னால் வந்து, “பிரமாதமா மேக்கப் பண்ணிண்டிருக்கா இன்னிக்கு” என்றாள்.

“என்ன விஷயம் ?”

“குஷி கிளம்பிடுத்து போலிருக்கு. கொஞ்சம் ஜாஸ்தி. சொல்லணும் அவகிட்டே. என்னா இப்பொ அவ இந்த மாதிரி பண்ணிண்டா பலவிதமான பேச்சுக் கிளம்பிடும். ஒண்ணும் தெரியமாட்டேன் என்கிறது அதுக்கு.”

அவள் உள்ளே சென்றாள்.

நான் பின்பக்கம் சென்றேன்.

சின்னக் குழந்தைகளையெல்லாம் மனைவி கீழே இறக்கி விட்டிருந்தாள். எல்லாரையும் சத்தம்போட்டு வீட்டுக்குள் விரட்டினேன். பெரிய குழந்தைகளுக்குப் பின்னால் சிறிய குழந்தைகளும் சென்றன.

மரியம்மை என்னைப் பார்த்ததும் கும்பிட்டுவிட்டு, "போறேன் ஸாரே" என்றாள். இவ்வளவு சுலபமாக எடுத்த எடுப்பிலேயே அவள் விடைபெற்றுக்கொண்டுவிட்டது எனக்கு ஆச்சரியமாகக்கூட இருந்தது.

"ஏன் என்ன விஷயம்?"

"எனக்கும் இவளுக்கும் புடிக்கலை."

"யாருக்கும்?"

"இந்தக் குடிசையிலே இருக்காளே கெழவி, அவளுக்கும் எனக்கும்தான். சண்டைக்கு வாறா. இன்னா பாருங்களேன், குடிசையைப் பூட்டிக்கிட்டு எங்கேயோ தொலஞ்சுட்டா. நேத்தும் இப்படித்தான். அந்திக்கு வாறேன்னு பிரத்யேகம் சொல்லிப் போட்டுப் போயிருக்கேன். வாறயிலே பூட்டிக் கெடந்து. கட்டிலையும் தூக்கி உள்ளுக்குப் போட்டுட்டா. அதிலே சித்த நாழி இருந்துபோட்டா அழுகியா போகும். எட்டு மணி வரையிலும் இங்கேயே நின்னுக்கிட்டிருந்தேன். எனக்குக் கூட்டுக்காரி ஒருத்தி மிஷன் ஆஸ்பத்திரியிலே வேலைபாத்துக்கிட்டு இருக்கா. அவ, வா அக்காவானு கூப்பிடுதா. நான் போறேன். என்ன எளவுக்கு இவகூட மண்டையை முட்டிக்கிட்டு இருக்கணும்? எனக்கு வேற நாதியில்லேன்னு நெனச்சிக்கிட்டு இருக்கா போலிருக்கு. நா வாறேன். போனாலும் ஒரு நாள் வீட்டுக்கு வருவேன் ஸாரே. கொழந்தைகளைப் பார்க்கணும்னு மனசு தேடும்" என்று சொல்லிக்கொண்டே மீண்டும் கும்பிடு போட்டாள்.

என் மனைவி வந்தாள். நான் வீட்டிற்குள் வந்து என் அறைக்குள் நுழைந்தேன்.

சுமார் ஒரு மணி நேரமாகியும் என் மனைவி வந்து சேரவில்லை. இரண்டு தடவை நான் கொல்லைத் திண்ணை வரையிலும் போய்விட்டு வந்தேன். உண்மையில் அப்போது எனக்குப் பொறுமையே இருக்கவில்லை. பசிகூட எடுக்க ஆரம்பித்துவிட்டது. மரியம்மை சொல்கிற விஷயங்கள் என்னுடைய குறுக்கீட்டால் நடுவில் அறுபட்டுப்போய்விட வேண்டாம் என்பதற்காக மட்டும் பல்லைக் கடித்துக்கொண்டிருந்தேன்.

மனைவி ஒருமட்டும் வந்துசேர்ந்தாள்.

“ஏன் இவ்வளவு நேரம்?” என்று கேட்டேன்.

“பொன்னம்மை சரவர்ஷமா பொழிஞ்சுப்புட்டா ...”

“அவகிட்டயா பேசிண்டிருந்தாய் இவ்வளவு நேரம்?”

“ஆமாம். மரியம்மை நீங்க இந்தப் பக்கம் வந்ததும் போயாச்சு.”

“பொன்னம்மைக்கிட்டே கேஸ் விஷயம் பேசறது எனக்குப் பசிக்காத சமயத்திலே வெச்சுக்கலாமே.”

“கேஸ் விஷயமில்லே. மரியம்மை விஷயம்தான்.”

“அப்படி என்ன சொல்றா அவ, அவளைப்பத்தி?”

“ஐயோ கூத்து! பேசி அசத்திப்புட்டா.”

“என்ன விஷயம்?”

“அவளுக்கும் இவளுக்கும் சண்டை.”

“சொன்னாளே ...”

“லேசான சண்டையில்லே. ரெண்டு பேரும் கன்னாப் பின்னான்னு பேசிண்டிருக்கா. ரெண்டு நாளா நடந்திருக்கு. அவளை ஒழிச்சுக்கட்டணும்னுதான் குடிசையெப் பூட்டிண்டு போனேன்னு சொல்றா பொன்னம்மை ...”

“அவ்வளவு பெரிய சண்டையா? இவ பெரிய ராக்ஷஸீன்னா. வக்கீல் கூடத் தரணும்னு எதிர்பார்த் திருப்பாள்.”

“அதில்லை. அவ மரியம்மையைப்பத்தி ஒரு தினுஸா சொல்றா.”

“தினுசான்னா?”

“ரொம்ப ஒண்ணும் நல்லவ இல்லையாம் அவ.”

“இவளுக்கு எப்படித் தெரியுமாம்?”

“அவ சொல்றாளே, காரண காரியங்களோடே.”

“என்ன சொல்றா?”

“அவளெத் தேடி யார் யாரோ வறாளாம். இண்ணைக்குக் காலையிலே ஒருத்தன் வாறாம்மா. அந்தால ரெண்டு பேரும் கொல்லா மரத்தடியிலே நின்னு பேசிக்கிடறாவ. யாருன்னு கேட்டா, என் அண்ணன்னு சொல்லுதா. அந்திக்கு இன்னொருத்தன் வாறான். சிரிச்சுச் சிரிச்சுப் பேசிக்கிடுதாவ. யாருன்னு கேட்டா, தம்பி, சித்தப்பன், மாமன்னு ஒவ்வொரு வேளைக்கும் ஒவ்வொண்ணைச் சொல்லுதா. அம்மா, ஒரு பொம்புளைக்கு எத்தன அண்ணன்மாருதான் இருப்பான், எத்தனை தம்பிமாருதான் இருப்பான்னு கேக்கேன். இருந்தாலும் வேலையத்தா கெடக்கானுவ, அன்னாடம் இவள வந்து பாக்குதுக்கு. எனக்கு ஒண்ணும் சரியாட்டுப்படலே – அப்டீனு சொல்றா அவ.”

“ஏதோ விரோதத்திலே பேசற பேச்சாத்தான் படறது எனக்கு. சண்டை வந்துடுத்து, உடனே இந்தப் பழம் புளிக்கும்னு ஆரம்பிச்சுட்ட மாதிரிதான் இருக்கு ...”

“அதுவும் கொஞ்சம் இருக்கலாம். ஆனா பூராவும் அதுதான்னு தோணலை. பாயிண்ட் பாயிண்டா அலசறா அவ. நீங்க கேட்டிருக்கணும் ...”

“என்னதான் சொல்றா, அப்படி விசேஷமா?”

“பொதுவா மரியம்மையை அவ நம்பலை. அவ சொல்றது எல்லாம் சரியில்லைன்னு சொல்றா.”

“இவளுக்கு ஜோசியம் தெரியுமோ?”

“அவ சொல்றா, அம்மா, நான் சொல்ற விஷயத்தை நீங்க நல்லா எட்டி ரோசிச்சுப் பாருங்க. ஒரு புள்ளே ஒரு எடத்திலே வேலை செய்துக்கிட்டு இருக்குன்னு வையுங்க. வீட்டுக்காரங்க வெளியூர் போயிட்டாங்க. வேலை யில்லாம நிக்கு. சரி. வேலையில்லாம நிக்குன்னு சொல்லி ஒரு மூணாம் மனுசன் வந்து கூப்பிட்டா ஒரு பொண்ணு அவனுக்குப் பொறத்தால போகுமா? அண்ணன் இல்லையா? தம்பி இல்லையா? தந்தை இல்லையா? தாய் இல்லையா? அவங்க யாராவது போயிப் பாத்துட்டு வந்து போனு சொன்னாத் தானே அம்மா போகணும். அதுக்கு மொறை அதுதானே? சரி, பஞ்சப் பாவம் நம்பித் தெரியாமப் போயுட்டான்னே வெச்சுக்கிடுவோம். எப்பம் நீ அவனுக்குக் கூடப் போனே? உனக்குக் காலையிலே போகப்படாதா? உச்சிக்குப் போகப்படாதா? சாயங்காலம் போகப்படாதா? உனக்கு அந்திக்கு வெளக்கு வெச்சப் பெறவுதான் அவனுக்குக்கூடப் போணமோ? சரி, போயிட்டேன்னு வய்யி. ஒரு வீட்டுக்கும் பந்தடி கிளப்புக்கும் வித்தியாசம் தெரியாமக் கண் அவிஞ்சா போச்சு உனக்கு? வீட்டுக்காரி உள்ளேயிருக்கான்னு சொல்லிக் கூட்டிக்கிட்டுப் போயுட்டான்னு சொல்லுதியே, முத்தத்திலே நிக்கேன், வீட்டுக்காரியே வெளியிலே கூப்பிடுன்னுல்லா நீ சொல்லியிருக்கணும். அப்பம் நீ தைரியமாட்டு உள்ளே போனேன்னு சொன்னா, உனக்கு மாப்பிள்ளை உள்ளுக்கு இருக்கான்னுதான் நீ போயிருக்கே. சரி, உள்ளே போயுட்டெ. குருவியா மைனாவா நீ கூண்டிலே அடைச்சுப் போடுதுக்கு? ஒரு கண்ணுக்குட்டி கெட்டுலே நிக்கதுக்கு இஷ்டமில்லைன்னு சொன்னா என்னா பாடு படுத்திப்போடுது! கத்துது, துள்ளுது, கயித்தே அறுத்துக்கிட்டுப் போயிருதே. உன்னை இருபத்தியோரு நாளும் போதம் கெடுத்தா போட்டிருந்து? இல்லை, உனக்கு வாயிலே ஈர மண்ணை அடைச்சு வெச்சிருந்தா? பந்தடி கிளப்பு காட்டுக்குள்ளயா இருக்கு? எனக்குத் தெரியாதுன்னு நெனச்சுக்கிட்டுப் பேசுதியா நீ? இதுக்காகச் சுட்டி செவ்வாக் கிளமே மேற்றிராணியார்

கோயிலுக்குப் போயுட்டு வாற பாதையிலே அதையும் பாத்துப்போட்டுத்தான் வந்தேன் நான். இந்தப் பக்கம் வீடு இருக்குது. அந்தப் பக்கம் வீடு இருக்குது. முன்னே ஒரு பணிக்கர் வெத்தலைப்பாக்குக் கடை வெச்சுருக்கான். எதுத்தாலே மைதானத்திலே விடியலேருந்து அந்தி வரையிலும் எப்பமும் பத்து பையம்மாரு கூடிநின்னுக்கிட்டு சைக்கிள் மிதிச்சுப் படிக்கானுவ. நீ போட்ட சத்தம் பொட்டுப் போல அவனுக காதிலே விளுந்தா? எப்படி விளும்? நீ ஏன் சத்தம் போடுதே? உனக்குக் கிறுக்கா புடிச்சிருக்கு, சத்தம் போடுதுக்கு? ஒவ்வொரு நாளும் அங்கே மட்டை தட்டுதுக்கு எத்தனை பேரு வாறான்? எளவு ஒண்ணுபோல எல்லாருமா ஒத்துக் கூடிட்டானுவ? ரொம்பப் பேரு பெஞ்சாதிமாரையும் கூட்டிக்கிட்டுல்லா வாறான்? அவங்க காதிலே விளுந்தா நீ போட்ட சத்தம்? சன்னலைச் சாத்திப் போட்டான்னு சொல்லுதியே. வெளியிலே தாள்போடற சன்னல் இந்த உலகத்திலே இண்ணு வரையிலும் எங்கேயும் கண்டதில்லையே! உன்னெக்கொண்டு சிறை வைக்குதுக்குன்னு சொல்லி பெஷலாட்டு ஒரு கட்டிடத்தைக் கட்டி எளுப்பிப் போட்டானுவளா? ஒரு முறியிலே அடைச்சுக் கெடந்தேன்னு சொல்லுதியே. அங்கதான் நீ தின்னயோ? அங்னெதான் நீ குளிச்சு எடுத்து இருந்தயோ? நீ காத்தா குடிச்சுக்கிட்டு இருந்தே? துப்பாக்கியக் காட்டினாம்னு சொல்லுதியே. இருபத்தோரு நாளும் ராவும் பகலும் துப்பாக்கியப் பிடிச்சுக் கிட்டா நின்னான் அவன்? குளிமொறை தப்பிட்டுன்னு சொல்லுதியே. நான் கேக்கேன், உனக்குக் குளிமொறை தப்பி எவ்வளவு நாளாச்சு? ஒரு மாசமா ஆச்சு? இன்னா பாரு, நான் பத்துப் பெத்தவா, நூறு பிரசவம் பாத்தவா, நாப்பது வயசு வரையிலும் கூட்டுக் குடும்பத்திலே கெடந்து நாலும் தெரிஞ்சு அடிபட்டு வந்தவா. நான் சொல்லுதேன், உனக்கு மூணு மாசமாச்சுன்னு! ஒரு நாளு அந்தப் பக்கமே தவிர இந்தப் பக்கமில்லே. நான் சொல்லுது தப்பிட்டா, இன்னாபாரு, பாம்படத்தோட இந்தக் காதெ அறுத்துத் தாறேன். இன்னா பாரு, நீ வந்து

ரெண்டு நாளிலே உனக்கு ஜாதகத்தே எழுதியாச்சு நான். பின்னென்ன நீ நம்ம பக்கத்துக்காரியா யிருக்கே, வக்கீல் ஐயா கொண்ணாந்து விட்டிருக்கு, திருந்துதுன்னு சொன்னா திருந்திட்டுப் போட்டும்னு நெனச்சேன். திருந்துதுக்குள்ள லச்சணம் உங்கிட்டே இல்லை. கடவுளுக்கு மேல ஆணெ போட்டுக்கிட்டுச் சொல்லுதேன், இந்த வயசுக்குள்ளுக்கு நீ பாக்காதது ஒண்ணும் பாக்கியில்லே. நீ என்னா நட நடக்கே? என்னா மினுக்கு மினுக்குதே? என் மகளுக்குப் பவுடர் டப்பாவெ – ஒரு முழம் நீளத்துக்கு இருக்கு அது – ரெண்டு நாளிலே காலியாக்கிப் போட்டயே. நீ பவுடர் போடு, வேண்டாம்னு சொல்லலே. நாழி பவுடரே கையிலே தட்டிக் கிட்டுக் கழுத்திலே போடுதே, கக்கத்திலே போடுதே, வயத்துலே போடுதே, அங்ஙனே போடுதே, இங்ஙன போடுதே ... குடும்பத்திலே பொறந்தவளா நீ? சரி, உனக்கு டிரங்குப் பெட்டியிலே ஒண்ணுக்கு மேலே ஒண்ணா அடுக்கி வெச்சிருக்காயே சிலுக்குச் சேலை, உனக்கு ஏது? இல்லே, தெரியாமத்தான் கேக்கேன். நடந்து வாறயிலே காலிலே தட்டுதா? வாயெக் கட்டி வயத்தைக் கட்டி மிச்சம் புடிச்சா வருஷத்துக்கு ரெண்டு கண்டாங்கி வாங்க முடியலே. உனக்கு எங்கிருந்து கிடைக்குன்னு கேக்கேன்? இங்ன வேற திரியாவரத்துக்கு அச்சாரம் கூட்டாமே, கழுதே இந்த மட்டோட தொலஞ்சே, கடவுளுக்குப் புண்ணியம் – அப்டீனு சொல்றா பொன்னம்மை.”

இரண்டு மூன்று நிமிட மௌன இடைவெளிக்குப் பின் நான் வாயைத் திறந்தேன்.

“நீ என்ன சொன்னே?”

“அவ ஒவ்வொண்ணா சொல்லிண்டு வரத்தே அவ சொல்றதும் சரீனுதான் படறது. இன்னிக்கு சாயங்காலம் மொதல்லே அவளெப் பாத்ததுமே எனக்கு என்னவோ மாதிரி இருந்தது.”

“ஆடம்பரமா இருந்ததா?”

“இல்லை, இன்னிக்குத் தனியா ஒரு களை தெரிஞ்சுது முகத்திலே...”

“இவ இவ்வளவும் சொன்னதும் அப்படித் தோணறது.”

“இல்லே அப்பவே மனசுக்குப் பட்டாச்சு. அப்பொ நானே அதெ ஏத்துக்கலை. அந்த எண்ணத்தைக்கலைச்சுண்டேன்.”

“அப்படியா?”

“எனக்கு அவமானமா இருக்கு.”

“இதிலே நாம் அவமானப்பட என்ன இருக்கு?”

“உங்களுக்கும் அவமானமாத்தான் இருக்கு. மறச்சுக்கறேள்.”

நான் பதில் சொல்லவில்லை.

“ஆச்சரியமாயிருக்கு அவளெ நெனச்சா.”

“நீ பேசறதைப் பாத்தா பொன்னம்மை சொல்றது பூராவையும் அப்படியே எடுத்துண்ட மாதிரியின்னா இருக்கு...”

“அவ சொல்றது நிஜம்தான். அவ கொஞ்சம் ஆங்காரத்தோடே சொல்றா. மத்தப்படி விஷயம் உண்மைதான்...”

“மொதல்லே மரியம்மை சொன்னதைப் பூராவும் உண்மைனு எடுத்துண்டாச்சு. இப்போ...”

“இல்லே. பொன்னம்மை எனக்குத் தெரியாத விஷயத்தைச் சொல்லலே. அவ சொன்னது ஒவ்வொண்ணும் என் மனசுக்கும் படத்தான் செய்தது. அவ நல்லவள்னு தீர்மானம் பண்ணிண்டதனாலே அதை நானே பொருட்படுத்தாம, என் மனசுக்குள்ளேயே அலட்சியப்படுத்திட்டேன். எனக்கு அவ நல்லவளா இல்லாம இருக்கிறதை ஏத்துக்கப் பிடிக்கலே அப்பொ.

நம்ப நெனக்கிற மாதிரியே அவ இருக்கட்டும்னு தோணறது. நான் சொல்றது உங்களுக்குப் புரியறதா? சரியாச் சொல்லத் தெரியலை எனக்கு. உங்களாலே நன்னாச் சொல்லமுடியும். ஆனா சொல்ல மாட்டேள். தோல்விகளை லேசுலே ஒப்புக்கொள்ளமாட்டேள். எனக்கு என்னமோ மனசுக்குக் கஷ்டமா இருக்கு. அநேக தடவை இப்படியே நம்பி நம்பி ஏமாந்தாச்சு. இருந்தாலும் முன்கூட்டி ஒண்ணப்பத்தி கற்பனை பண்ணிக்கிற புத்தியெ ஒழிச்சிக்கட்ட முடியலே என்னாலே."

"விட்டுத் தள்ளு. மரியம்மை விஷயம் என்னவோ நம்ம வாழ்க்கையே பாதிக்கப்போற விஷயம் மாதிரி பேசறியே."

"நான் மரியம்மை விஷயத்தைப் பற்றிச் சொல்லலே. இந்த தினுசான புத்தியைப் பத்திச் சொல்றேன். இந்த விஷயத்திலே திரும்பவும் அது வெளிப்படாமப் போக பழசும் சேர்ந்துவந்து மனசைக் கஷ்டப்படுத்தறது ..."

"நாம ஆசைப்படற மாதிரி இந்த உலகம் இருந்துட்டா எல்லாம் சப்ன ஆயுடும். அப்புறம் ..."

அவள் எழுந்திருந்து நான் சொல்வதைக் காதில் வாங்கிக் கொள்ளாமல் ஒரு நிமிஷம் மௌனமாக வெறித்தபடி நின்றுகொண்டிருந்தாள். அப்புறம் சாவதானமாக உள்ளே சென்றாள். என்னுடைய பார்வை அவளுடைய காலடிகளைத் தொடர்ந்து பின்கட்டு வரையிலும் சென்றது.

எனக்கு நாற்காலியில் இருப்புக்கொள்ளவில்லை. காற்றாட நடந்துவிட்டு வருவோம் என்று வெளியே சென்றேன்.

வாரா வாரம் 'திருவிதாங்கூர் நேசன்' வந்து விழுந்து கொண்டு தான் இருந்தது. ஒவ்வொரு தடவையும் அதை ஆவலுடன் எடுத்து மரியம்மை வழக்கு சம்பந்தமான செய்திகள் ஏதாவதுண்டா என்று பார்ப்பேன். இரண்டு மூன்று வாரங்களாகவும் செய்திகள் எவையும் கண்ணில்

படாதது எனக்கு மிகுந்த ஆச்சரியத்தை அளித்தது. வழக்கு பற்றிய விபரம் எதுவுமே தெரியவில்லை.

'திருவிதாங்கூர் நேசன்' ஆபீசுக்கு இரண்டு நாட்கள் சென்றேன். இசக்கி, அண்ணாச்சி இருவரையுமே பார்க்க முடியவில்லை. "அண்ணாச்சிக்கு உடம்பு சரியில்லை" என்று முதலில் சொன்ன ஆபீஸ் பையன், பின்னால் "அவர் ஆபீசுக்கு இப்போது வாறதில்லை" என்றான். காரணம் எதுவும் அவன் சொல்லவில்லை. இசக்கி கிராமத்திற்குச் சென்றிருப்பதாயும் திரும்பி வர ஒரு வாரம் பத்து நாட்கள் ஆகுமென்றும் அவன் சொன்னான். அவனுடைய பதில் எதுவுமே எனக்குச் சரியாகப் படவில்லை. ஏதோ கற்றுத் தந்திருந்த பதில்களை ஒப்பிப்பது போலவே இருந்தது. அவனிடமும் கேட்டு வைப்போமென்று புறப்படும் நேரத்தில், "மரியம்மை கேஸு விஷயமாகச் செய்திகள் ஒண்ணும் காணோமே" என்றேன். "எனக்கு அதெப்பத்தி ஒண்ணும் தெரியாது ஸார்" என்றான் பையன்.

ஏதோ மர்மமாக இருந்தது. வேறு யாரிடமும் விசாரிக்க எனக்கு விருப்பமும் இல்லை. எனக்கு அந்த வழக்கு விஷயத்தில் ஏன் இவ்வளவு அக்கறை என்று பிறர் எண்ண இடம் கொடுக்க வேண்டாம் என்று பட்டது. விசேஷ அக்கறை இருந்ததனாலேயே அதைக் காட்டிக் கொள்ளத் தயங்கினேன்.

ஆனால் இந்த மர்மத்தை அதிக நாட்கள் சுமக்கும்படி ஏற்படவில்லை. குஞ்சுபிள்ளையைச் சற்றும் எதிர் பாராமல் சந்தித்து, அவனுடன் ஒரு மணி நேரம் பேசவும் ஒரு சந்தர்ப்பம் ஏற்பட்டபோது அவன் எல்லா முடிச்சுகளையுமே அவிழ்த்து விட்டான். "நான் மகா அயோக்கியன்தான். ஆனா எனக்கு மத்தவங்க என்னை யோக்கியன்னு சொல்லணும் என்கிற ஆசை லவேசம் கிடையாது. அந்த ஒரு யோக்கியதை எனக்கு உண்டு" என்று பேசிக்கொண்டு வரும்போதே ஒரு இடத்தில் அவன் சொன்னான். அவன் இதற்கு விசேஷ அழுத்தம் கொடுத்துச் சொல்லவில்லை. என்னுடைய மனநிலைதான்

அதைத் தனியாகப் பிரித்தெடுத்து மனசுக்குள் சிவப்பு அடிக்கோடு கிழித்துப் பார்த்துக்கொண்டது.

அயோக்கியனான ஒருவன் பிறர் தன்னைப்பற்றி என்ன வேண்டுமென்றாலும் எண்ணிக்கொள்ளட்டும் என்ற முடிவுக்கு வந்துவிடுவானானால் அவன் எவ்வளவோ அரிய உண்மைகளை நமக்குச் சொல்லக் கூடும். அவர்களை நாம் சந்திக்க நேருவது ஒரு விதத்தில் நம் பாக்கியம்தான்.

எனக்கு அந்த பாக்கியம் கிடைத்தது.

குழந்தைக்கு மருந்து வாங்குவதற்காக ஒரு நாள் எங்கள் குடும்ப டாக்டரின் ஆஸ்பத்திரிக்குப் போயிருந்தேன். திருவனந்தபுரத்துக்குச் சென்றிருந்த டாக்டர் வந்து சேர ஒரு மணி நேரமாகலாம் என்று சொன்னதால் அவர் வருகையை எதிர்பார்த்து ஆஸ்பத்திரி வராண்டா பெஞ்சில் உட்கார்ந்துகொண்டிருந்தேன். பக்கத்தில் குஞ்சுபிள்ளையும் கையில் ஒரு குப்பியுடன் உட்கார்ந்துகொண்டிருந்தான். காலர் இல்லாத சட்டை. தொண்டைக்குழியில் பெரிய அலுமினியப் பித்தான். பெரிய ஜேப்பு பொதி சுமக்க முடியாமல் கீழே இழுபட்டுத் தொங்கிக் கிடந்தது. கறுப்புச்சுட்டி போட்ட ஈரிழை வடசேரி துவர்த்து முண்டு ஒன்றைச் செவிகளை மறைத்துத் தலையில் சுற்றியிருந்தான்.

அவன்தான் குஞ்சுபிள்ளை என்பதே எனக்குத் தெரியாது. ஒரு கம்பௌண்டர் இன்னொரு கம்பௌண்டரிடம் இவனைச் சுட்டிக்காட்டி இன்னார் என்று சொல்லப்போகத்தான் எனக்கே தெரிந்தது. இந்த அறிமுகக் குசுகுசுப்பு அப்போது தாண்டிப் போய்க்கொண்டிருந்த ஒரு நர்ஸு காதில் விழ, அவள் நின்று கவனித்து, அவசரமாக நர்ஸுகள் அறைக்குள் செல்லவே, நாலைந்து நர்ஸுகள் கூட்டமாக வந்து குஞ்சுபிள்ளையின் முதுகுப்புறமாக நின்று அவனைப் பார்த்துவிட்டுப் போனார்கள். குஞ்சுபிள்ளையின் புகழும் அவ்வளவு மோசமல்ல என்று எண்ணிக்கொண்டேன்.

எனக்கு அவனிடம் பேச்சை விட்டுப் பார்ப்போமா என்ற எண்ணம் ஏற்பட்டது.

ஒரு குறிப்பிட்ட நிமிஷத்தில் 'வெற்றிலை போட்டுண்டு வரலாமே. டாக்டரும் வரவில்லை' என்று எனக்கு நானே கூறிக்கொள்வதுபோல் சொல்லிவிட்டு எழுந்திருந்து சோம்பல் முறித்தேன்.

"நானும் அந்தப் ப்ளான்தான் போட்டுக்கிட்டு இருக்கேன். எழுந்திருக்க மடியாக இருக்கு" என்று கூறிக்கொண்டே குஞ்சுபிள்ளை எழுந்திருந்து தலைப்பாவை உருவி, உதறித் தோளில் போட்டுக்கொண்டான்.

வெற்றிலை போட்டுக்கொண்டு ஆஸ்பத்திரி வாசலையொட்டி வேப்பமரத்து இருட்டில் வந்து நின்றோம். தன்னுடைய மனைவியின் தேக உபாதையைப்பற்றி விஸ்தாரமாகச் சொல்லிக் கொண்டே வந்தான் அவன். "கேஸுக்கு ஒரு மாசம் நாயாட்டு அலைஞ்சு அது ஒரு வழியா முடிஞ்சது. இப்பொ ஆஸ்பத்திரி அலைச்சல் விடமாட்டேங்குது" என்றான் அவன்.

"கேஸு முடிஞ்சு போச்சா?"

"அது முடிஞ்சு நாளாயிட்டே. சாமிக்குத் தெரியாதா?"

"தெரியாதே. 'திருவிதாங்கூர் நேசன்' விடாமப் பாக்கறேனே."

"அதுலே எப்படிப் போடுவான்? இந்தக் கேஸு சம்பந்தமா ஒரு வரி எழுதப்படாதுன்னு சொல்லித்தானே பணம் கொடுத்திருக்கு. எழுத்துக்குத்து ஒண்ணுமில்லே. வாக்கால சத்தியம். பின்னே கேஸு முடிஞ்சு போச்சுன்னு எழுதினா முதலாளி என்ன சொல்லப் போறாரு. தூக்கிப் பிடிச்சுது அவங்கதானே? அதனாலே வேண்டாம்னு விட்டிருப்பாங்க."

“யாருக்குப் பணம்?

“அந்தப் பேப்பர் நடத்தற ஆளுக்கு.”

“நடத்தற ஆளுக்கா, இல்லே எடிட்டருக்கா?”

“ஓ, அப்படி ரெண்டு இருக்கா? அது எனக்குத் தெரியாது. அந்த சல்லி மனுசனுக்கு.”

“இசக்கியா?”

“பேரு எனக்குத் தெரியாது. ஒல்லி ஆளு. பென்சில் மாதிரி இருப்பான்.”

“ரூபா கொடுத்தது நிஜம்தானா?”

“கண்ணால நான் பாக்கலே. முதலாளிதான் சொன்னாரு. நாலாயிரம் ஐயாயிரம்னு கேட்டுக்கிட்டு இருந்தான். கடைசியிலே மூவாயிரத்திலே முடிஞ்சுதுனு சொன்னாரு. ஒத்துக்கிட்டபடிக்கு அந்த ஆளு ஒண்ணும் எழுதவுமில்லே. இதிலே முதலாளிக்கு ரொம்பத் திருப்தி.”

“கேஸு என்னாச்சு? ரொம்ப சீரழிஞ்சுடுத்து இல்லையா?”

“எல்லாரும் சேர்ந்து பெரிசாக்கினதுதான். விஷயம் ரொம்ப சாதாரணம். ஒண்ணும் புதுசில்லே. அந்தப் பொண்ணைக் கூட்டிக்கிட்டு வந்ததே நான்தான். ஒரு நாள் மீன்சந்தைக் கிட்டே வெச்சுப் பாத்தேன். அமையும்னு பட்டுது. நெருங்கிக் கேட்டேன். வீட்டுக்காரங்க இன்னும் ஒரு வாரத்திலே சிலோன் போறாங்க. அப்பொ பாத்துக் கிடலாம். இப்பொ முடியாதுன்னு சொல்லிச்சு. அந்த விஷயத்தை நானும் மறந்து போயுட்டேன். நம்ம கையிலே வேற ஆளுகளும் அப்பொ இருந்து. நல்ல உசத்தியான தினுசுகள். முதலாளி திடீர்னு ஒரு நா ‘என்னப்பா என்னா’ன்னு கேட்டாரு. நம்ம கையிலே இருந்தது எல்லாம் ஆளுக்கு ஒரு பக்கமாப் போயிட்ட நாளு அது. அவருக்குன்னு சொன்னா பொறுக்காது. இதப்பார்ப்போம்னு போனேன். ரெண்டு நாள் இருக்கணும்னுதான் கூட்டிக்கிட்டு வந்தேன்.

நல்ல யோகக்காரப் பொண்ணு அது. நல்ல கலக்ஷன் அடிச்சு எடுத்துட்டு. அவ இதெல்லாம் கண்டதில்லே. ரொம்ப சாதாரணம்தான். அஞ்சு பத்துக்கு மேல தாண்டியே இருக்காது ஆயுசுலே. அநியாய லக்கு. இங்கே வந்ததும் லக்ஷாதிபதிகள் எல்லாம் என்னமோ காணாததே கண்ட மாதிரி பட ஆரம்பிச்சாங்க. இது வம்பூனு எனக்குத் தெரியும். போயிரு அப்டீன்னேன். இல்லை இன்னும் ரெண்டு நாளிலே போயிருதேன். நல்ல வருது. வாறெத கட் பண்ணாதீங்கன்னு சொல்லிச்சு. சரீனு நான் விட்டுட்டேன். அதுதான் நான் செய்த தப்பு. பின்ன ஒண்ணு, எனக்கும் நிறையத் தந்தா. அதிலேல்லாம் கணக்குப் பாக்காது. தாராள மனசுதான். நல்ல மாதிரீனு சொல்லணும். அப்பழுக்குச் சொல்ல முடியாது. வந்தவங்க முன்னப் பின்ன இருந்தாலும் அட்ஜெஸ்டு பண்ணிக்கிடும். அனாவசியமாப் பேசாது. பிசினஸ்லைக்கா நடந்துக்கிடும். எல்லாம் உண்டு. இருபது நாளிலே மடி கனத்து வழிஞ்சுட்டு அதுக்கு. ஊரிலே போய் கல்யாணம் கெட்டி இருக்கப் போறேனு சொல்லித்து. சரீனு சொன்னேன். மறந்துடப்படாது. அண்ணனுக்கு சிநேகம் எப்பவும் வேணம்னு சொல்லித்து. சரீனு சொன்னேன். திருவனந்தபுரத்திலேருந்து ஐ. ஜி. வருவான்னு சொல்லியோ, அவன் ராத்திரி ரெண்டு மணிக்கு வந்து கதவைத் தட்டுவான்னு சொல்லியோ எதிர் பார்க்க முடியுமா? ஸ்டேஷனிலே போய் பெரிய வக்கீலு வலிய வந்து ஜாமினிலே எறக்கினதும் அவளுக்கு இப்படி ஒரு ஐடியா தோணிச்சு. வயத்திலே மூணு நாலு மாசமிருக்கும் அப்பொ. அதெ முதலாளி தலையிலே போட்டுட்டா அவருக்குக் கீப்பா சௌகரியமா இருந்துடலாம்னு ப்ளான் பண்ணிப்புட்டா. வக்கீல் தங்கமான மனுசன். இவள் சொன்னதை அப்படியே நம்பினார் அவர். முதலாளி முதல்லே கொஞ்சம் கொறச்சல் பட்டாரு. பணத்தெக் கொடுத்து ஒதுக்கிருவோம்னு சொன்னேன். தினமும் ராத்திரி என் வீட்டுக்கு வருவா அவ. மொதல்லே வைப்பாட்டியாட்டுச் சேத்துக்கிடணும்னு சொன்னா. நடக்காத காரியத்தைச் சொல்லாதே. பணம் எவ்வளவு வேணும் சொல்லு, வாங்கித் தாறேன்

அப்டீனு சொன்னேன். ஒரு பெரிய தொகை கேக்குதுக்கு என்ன வார்த்தை சொல்லணும்னு அவளுக்குத் தெரியலே. நான், பத்தாயிரம்னு சொன்னேன். பெரிய தொகைதானானு கேட்டா. ஆமாம். இரண்டு கோட்டை விதைப்பாடு வாங்கலாம். ஜாதி எருமையாப் பதினைஞ்சு இருபது எருமை வாங்கலாம். ஒரு வீடு வாங்கலாம்னு சொன்னேன். உள்ளூர இஷ்டமில்லை அவளுக்கு. முதலாளி கூடவே சேர்ந்திடணும்னு ஆசை. கடைசிலே சரீனு சொன்னா. எனக்கு ஆயிரம் ரூபா கமிஷன் தரணும்னு சொன்னேன். ஒத்துக்கிட்டா. முதலாளிட்டேப் போய்ச் சொன்னதும், அவர் தொகை கூடுதல்னு சொன்னார். நான் அதோட விஷயத்திலிருந்து ஒதுங்கிட்டேன். இந்தப் பொறுக்கி நாய் என்ன செய்யும்னு கேட்டாரு. கூட பத்து நாயைக் கூட்டிக் கிடும்னு சொன்னேன். கேசு பெரிசாச்சு. என்னை கூப்பிட்டுவிட்டுப் பத்தாயிரத்துக்கு ஒப்புக்கொள்ளச் சொல்லுனு சொன்னாரு. ட்ரை பண்ணினேன். இதுக்குள்ளே அது கொப்புலே ஏறிட்டு. கடைசியிலே ஒரு நா ராத்திரி முதலாளியைப் பார்க்கணும்னு சொல்லித்து. இங்கிருந்து அம்பது மைலுக்குத் தள்ளி ஒரு இடத்திலே மீட் பண்ண வெச்சோம் ரெண்டு பேரையும். முதலாளி வந்து விஷயம் முடிஞ்சு போச்சு அப்படீனு சொன்னார். தொகை எவ்வளவுனு நான் கேக்கலே. முதலாளி எனக்கு ஐநூறு ரூபாய் தந்தாரு. அந்தப் பொண்ணப் பாத்தா அதுவும் ஏதாவது தந்திருக்கும். பாக்க முடியலே. மெட்றாஸுக்குப் போயுட்டு. இதைவிட கொஞ்சம்கூட சௌகரியமான மார்க்கெட் அது. ஆனா நிறம் கொஞ்சம் மங்கல். சுமாரா நடக்கும். ஒண்ணும் மோசம் போயுடாது. அது

அதிருஷ்டமுள்ளது. ஒரு அடி அடிச்சாலும் அடிச்சிடும். ஒண்ணும் சொல்ல முடியாது. அதுக்கு ராசி அப்படி. சரி, போறேன். டாக்டருக்குக் காரு வாறாப்லே இருக்கு. நான் உங்ககிட்டே ரொம்ப நேரம் பேசிக்கிட்டிருக்குது வேண்டாம்'' என்று சொல்லிவிட்டு ஆஸ்பத்திரி திண்ணையைப் பார்க்கச் சென்றான் குஞ்சுபிள்ளை.

நானும் மருந்து வாங்கிக்கொண்டு வீடு வந்து சேர்ந்தேன்.

குஞ்சுபிள்ளை சொன்ன விஷயங்களை நான் என் மனைவியிடம் சொல்லவில்லை. மரியம்மை விஷயம் அவள் மனசின் ஒரு மூலையில் ஊமைக் காயமாக நீலம் பாரித்து விட்டது என்று தோன்றிற்று. ஏனெனில் அதற்குப் பின்னால் இந்த இருபது வருடங்களில் ஒரு தடவைகூட மரியம்மையின் பெயரையோ அந்தச் சம்பவங்களையோ அவள் நினைவு கூர்ந்தது இல்லை.

குஞ்சுபிள்ளையைப் பார்த்துப் பேசியபின் நானும் அந்த விஷயத்தை மனசிலிருந்து கத்தரித்துக்கொண்டேன்.

எப்பொழுதாவது அவளுடைய பெயரும் புகழும் நினைவுக்கு வருமென்றாலும் அதையொட்டி சிந்தனைகளை மனசில் வளரவிட்டுக்கொள்ள வேண்டாம் என்பதில் கண்டிப்பாய் இருந்தேன்.

கடந்த இருபது வருடங்களில், சொல்லப்போனால் போன மாதம்தான், மரியம்மையின் கதையை எனக்குத் தெரிந்த வரையிலும் முதலிலிருந்து கடைசி வரை மீண்டும் சொல்லும் படியான ஒரு சந்தர்ப்பம் ஏற்பட்டது.

என் நண்பரான மலையாள நாவலாசிரியர் ஒருவரிடம் பேசிக்கொண்டிருந்தபோது மரியம்மையின் கதையை எழுத்தாளரான அவர் வேண்டுமென்றால் பயன்படுத்திக் கொள்ளட்டும் என்று எண்ணி – ஆனால் அந்த யோசனையை வாய்விட்டுச் சொல்லாமலே – அவரிடம் சொன்னேன்.

கதை முடிவது வரையிலும் 'உம்' கொட்டாமல் என் கண்களையே பார்த்துக்கொண்டிருந்த அவர், "அந்தப் பெண்ணைச் சந்தித்த அன்றே நீ அவளை எங்கேயாவது ஒரு ஹோட்டலுக்கு அழைத்துச் சென்று தங்கியிருந்தாய் என்றால் இந்த விஷயம் உன்னை இவ்வளவு அலட்டியிராது" என்றார்.

என்னால் அந்த அடியை அப்பொழுது தாங்கமுடியவில்லை. என் முகமே அதைக் காட்டிக்கொடுத்துவிட்டது அவருக்கு.

அவர் சிரித்துக் கொண்டே, "அப்பட்டமாகச் சொல்லி விட்டதற்கு மன்னிக்கணும். ஆனால் அதுதான் உண்மையென்று தோன்றுகிறது" என்றார்.

வெகுநாட்கள் வரையிலும் அவர் சொன்னதை நினைத்துப் பார்க்க எனக்குக் கசப்பாக இருந்தது. மறக்கவும் முடியவில்லை. உண்மையானதால்தான் அதை மறக்க முடியாமலிருக்கிறதோ என்றும் எண்ணினேன்.

இதுபற்றி இன்னும் தீர்மானமான எந்த முடிவுக்கும் நான் வந்துவிடவில்லை. ஆனால் சுய கௌரவ அகந்தையைக் கொஞ்சம் கழற்றி வைத்துவிட்டு யோசிக்கும்போது அவருடைய விமர்சனம் அடிப்படையில்லாத ஒன்று என்று என்னால் இப்பொழுது எண்ண முடியவில்லை. அவர் சொன்னதும் உண்மைதானோ என்ற சந்தேகமும் ஏற்படுகிறது.

தீபம் ஆண்டுமலர், 1966

○